സാന്ത്വനദീപം

sandhvanadeepam

•

sindhumol v

•

first edition
july 2019

•

typesetting
sreebhadra, thiruvananthapuram

•

published
chintha publishers, thiruvananthapuram

•

cover
ambish kumar

വിതരണം

ദേശാഭിമാനി ബുക്ക് ഹൗസ്

H O തിരുവനന്തപുരം-695 035
phone: 0471-2303026, 6063026
www.chinthapublishers.com
chinthapublishers@gmail.com

ബ്രാഞ്ചുകൾ

ഹെഡ്ഡാഫീസ് ബ്രാഞ്ച് കുന്നുകുഴി • സ്റ്റാച്യു തിരുവനന്തപുരം • കെ എസ് ആർ ടി സി ബസ് സ്റ്റേഷൻ ആലപ്പുഴ • കെ എസ് ആർ ടി സി ബസ് സ്റ്റേഷൻ എറണാകുളം • മച്ചിങ്ങൽ ലെയ്ൻ തൃശൂർ • ഐ ജി റോഡ് കോഴിക്കോട് • മാവൂർ റോഡ് കോഴിക്കോട് • എൻ ജി ഒ യൂണിയൻ ബിൽഡിങ് കണ്ണൂർ • സെൻട്രൽ ബസ് ടെർമിനൽ കോംപ്ലക്സ് താവക്കര കണ്ണൂർ

CO - 2816 / 5080
ISBN - 978-93-88485-76-0

സാന്ത്വനദീപം
(ആരോഗ്യം)

സിന്ധുമോൾ വി

ചിന്ത പബ്ലിഷേഴ്സ്
തിരുവനന്തപുരം-695 035

സിന്ധുമോൾ വി

പാലോട് മീൻമുട്ടിയിൽ ആർ ഭുവനേന്ദ്രൻ നായരുടെയും ഡി വിജയമ്മയുടെയും മകൾ. നഴ്സിങ്ങിൽ ബിരുദവും ഹോസ്പിറ്റൽ അഡ്മിനിസ്ട്രേഷനിൽ ബിരുദാനന്തര ബിരുദവും നേടി. എസ് എം ഭുവന എന്ന തൂലികാനാമ ത്തിൽ കവിതകളും ചെറുകഥകളും എഴുതിയിരുന്നു. തിരു വനന്തപുരം മെഡിക്കൽ കോളേജിൽ ഹെഡ്നഴ്സായി ജോലി ചെയ്യുന്നു.

ഭർത്താവ്	-	ബിജു എം (സ്കൂൾ അദ്ധ്യാപകൻ)
മക്കൾ	-	അനന്യ, അനീന
ഫോൺ	-	9497784898

ഉള്ളടക്കം

പ്രസാധകക്കുറിപ്പ്

രോഗങ്ങളും രോഗാതുരതയും സൃഷ്ടിക്കുന്ന മാനസികവും ശാരീ രികവും സാമ്പത്തികവും സാമൂഹികവുമായ ചുറ്റുപാടുകളെ അതിജീ വിക്കുന്നതിനുള്ള മാർഗ്ഗങ്ങൾ ആവിഷ്കരിക്കാനും പരിഹരിക്കുവാനും കേരളത്തിലെ ആരോഗ്യപരിപാലന പദ്ധതിക്ക് വേണ്ടത്ര കഴിഞ്ഞിട്ടില്ല. സാന്ത്വനചികിത്സ എന്ന പുത്തൻ ആശയത്തിന്റെ പ്രസക്തി ഇവിടെയാണ്. രോഗിയുടെ ചുറ്റുപാടും കുടുംബസാഹചര്യങ്ങളും മനസ്സിലാക്കിയും രോഗം വരുത്തിവയ്ക്കുന്ന മാനസികവും സാമൂഹികവും സാമ്പത്തികവും ആയ പരാധീനതകൾ കണക്കിലെടുത്തും, രോഗിക്കും കുടുംബത്തിനും പരമാവധി പിന്തുണ നല്കുക എന്നതാണ് സാന്ത്വനചികിത്സ എന്ന ആശ യത്തിന്റെ അർത്ഥം.

വിവിധങ്ങളായ ദീർഘകാല രോഗങ്ങൾകൊണ്ടു ദുരിതമനുഭവി ക്കുന്ന ഒട്ടേറെപ്പേർ നമ്മുടെ സമൂഹത്തിലുണ്ട്. സാന്ത്വന ചികിത്സ എന്ന ആശയം ഇവിടെ നല്ല രീതിയിൽ വേരോടിയിട്ടുമുണ്ട്.

സാന്ത്വന ചികിത്സാ രംഗത്തു വ്യാപരിക്കുന്നവർക്ക് മാർഗ്ഗദർശക മാക്കാവുന്ന തരത്തിൽ രചിക്കപ്പെട്ട ഒരു കൈപ്പുസ്തകമാണ് ശ്രീമതി സിന്ധു മോൾ രചിച്ച *സാന്ത്വനദീപം.* സാന്ത്വന ചികിത്സയുടെ സമസ്ത മേഖലകളെയും വളരെ സമഗ്രമായി സ്പർശിക്കുന്ന ഈ ലഘുപുസ്തകം രോഗസാന്ത്വന രംഗത്തു പ്രവർത്തിക്കുന്നവർക്ക് ഒരു മുതൽക്കൂട്ടും മാർഗ്ഗ ദർശിയുമാവും.

വളരെയേറെ കൃതാർത്ഥതയോടെ ഞങ്ങൾ ഇതു പുറത്തിറക്കുന്നു; വലിയ തോതിൽ സ്വീകരിക്കപ്പെടും എന്ന ഉറപ്പോടെ.

ചിന്ത പബ്ലിഷേഴ്സ്

ആമുഖം

ആധുനിക വൈദ്യശാസ്ത്രവും ചികിത്സാ വിധികളും ശാസ്ത്ര സാങ്കേതിക വൈജ്ഞാനിക മേഖലകളിലെ പുത്തൻ ആശയങ്ങളും കണ്ടു പിടിത്തങ്ങളും രോഗപ്രതിരോധവും ആരോഗ്യശീലങ്ങൾ വളർത്തിയെ ടുക്കലും തുടങ്ങി കഴിഞ്ഞ അരനൂറ്റാണ്ടിനിടയിലെ പ്രവർത്തനങ്ങൾ ലോകത്താകമാനവും വിശിഷ്യ, നമ്മുടെ സംസ്ഥാനത്തും ആരോഗ്യ നില വാരം മെച്ചപ്പെടുത്താൻ കാരണമായിട്ടുണ്ട്. എന്നാൽ രോഗങ്ങളും രോഗാ തുരതയും സൃഷ്ടിക്കുന്ന മാനസികവും ശാരീരികവും സാമ്പത്തികവും സാമൂഹികവുമായ ചുറ്റുപാടുകളെ അതിജീവിക്കാനുള്ള മാർഗ്ഗങ്ങൾ കണ്ടെത്താനും പരിഹരിക്കാനുമുള്ള ഇച്ഛാശക്തി ഇടയ്ക്കെപ്പോഴോ നമുക്ക് നഷ്ടപ്പെട്ടു. ഇവിടെയാണ് സാന്ത്വന ചികിത്സ എന്ന പുത്തൻ ആശയത്തിന്റെ പ്രസക്തിയും ആവശ്യകതയും വർദ്ധിക്കുന്നത്. രോഗി യുടെ ചുറ്റുപാടുകളും കുടുംബ സാഹചര്യങ്ങളും അറിഞ്ഞുകൊണ്ടും രോഗം വരുത്തിവയ്ക്കുന്ന മാനസികവും സാമൂഹികവും സാമ്പത്തിക വുമായ സങ്കീർണ്ണതകൾ കണക്കിലെടുത്തും ദുരിതമനുഭവിക്കുന്നവർക്കും കുടുംബാംഗങ്ങൾക്കും പരമാവധി പിന്തുണ നല്കുന്ന വൈദ്യശാസ്ത്ര രംഗത്തെ ഈ നൂതനാശയം മൂല്യാധിഷ്ഠിതമായ ഒരു സാമൂഹിക ചുറ്റു പാടിന്റെ പുനരാവിഷ്കാരത്തിനും കൂടി തുടക്കമാകുമെന്ന് പ്രത്യാശി ക്കാം.

ദീർഘകാല രോഗങ്ങളായ കാൻസർ, പക്ഷാഘാതം, പ്രമേഹം, നട്ടെ ല്ലിനുക്ഷതം, നാഡീ സംബന്ധമായ രോഗങ്ങൾ, വൃക്ക സംബന്ധമായ രോഗങ്ങൾ, മാനസിക രോഗങ്ങൾ, ഹൃദയ, ശ്വാസകോശ രോഗങ്ങൾ എന്നിവകൊണ്ട് ദുരിതമനുഭവിക്കുന്ന ഒട്ടേറെപ്പേർ നമ്മുടെ സമൂഹത്തി ലുണ്ട്. പലരും രോഗപീഡകളാൽ കിടപ്പിലായിപ്പോയവരും സമൂഹത്തിന്റെ

മുഖ്യധാരയിൽ നിന്ന് അകന്ന് ഒറ്റപ്പെട്ട അവസ്ഥയിലായവരുമാണ്. ഇവ രുടെ പ്രശ്നങ്ങൾ സമൂഹത്തിന്റെ സജീവശ്രദ്ധയിൽ കൊണ്ടുവരിക എന്നത് ഒരു ജനകീയ ഉത്തരവാദിത്വമാണ്. ഇവരെ സഹായിക്കാൻ താല്പര്യവും സന്മനസ്സുമുള്ള ഒട്ടേറെപ്പേർ നമുക്കിടയിലുണ്ട്. നമ്മുടെ ആരോഗ്യ സ്ഥാപനങ്ങളും ഇവരെ സഹായിക്കാൻ തയ്യാറാണ്. ഇവരെ യെല്ലാം കൂട്ടിയിണക്കി രോഗികൾക്ക് മെച്ചപ്പെട്ട പരിചരണവും ജീവിത ഗുണനിലവാരവും ഉറപ്പുവരുത്താനുള്ള പ്രവർത്തനങ്ങളാണ് സാന്ത്വന ചികിത്സയുടെ ഭാഗമായി നടത്തേണ്ടത്. കൂടുതൽ പേരിലേക്ക് ഇതിനു വേണ്ട പരിശീലനം എത്തിക്കാനും അതുവഴി കേരളത്തിലാകമാനം സാന്ത്വന പരിചരണ പ്രവർത്തനങ്ങൾ വ്യാപിപ്പിക്കുവാനുമുള്ള ഊർജ്ജിത ശ്രമങ്ങൾക്ക് ശക്തിപകരാൻ നാമോരോരുത്തരും പ്രതിജ്ഞാബദ്ധമായ പ്രവർത്തനങ്ങളിൽ ഏർപ്പെടേണ്ടതുണ്ട്.

ഡോ. അശോക്
ഇ കെ നായനാർ
ചാരിറ്റബിൾ ട്രസ്റ്റ്

മുഖവുര

സാന്ത്വനദീപം എന്നു പേരിട്ടിരിക്കുന്ന പാലിയേറ്റീവ് കെയറിനെ സംബന്ധിക്കുന്ന ഈ കൈപ്പുസ്തകം മെഡിക്കൽ ബുക്കുകളുടെ രംഗത്ത് അഭൂതപൂർവ്വം എന്നു മാത്രമല്ല, രോഗ സാന്ത്വനരംഗത്ത് പ്രവർത്തിക്കുന്നവർക്ക് ഏറ്റവും വലിയ ഒരു കൈത്താങ്ങും കൂടിയാണ്. സാന്ത്വന ചികിത്സയുടെ സമസ്ത മേഖലകളെയും വളരെ സമമായും എന്നാൽ സമഗ്രമായും സ്പർശിക്കുന്ന ഈ ലഘുപുസ്തകം പരിശീലനം വേണ്ടത്ര ലഭിക്കാൻ അവസരമില്ലാത്ത സാന്ത്വന പ്രവർത്തകർക്ക് ഒരു വരദാനം കൂടിയാണ്.

ദീർഘകാല രോഗങ്ങളിൽ തുടങ്ങി കാൻസറിനെയും മാനസിക രോഗത്തെയും പറ്റി പറഞ്ഞു പോയി HIV/AIDS ൽ അവസാനിക്കുന്ന 16 ഭാഗങ്ങൾ, വായിക്കുന്നവർക്ക് വളരെ ആകർഷകമാണ്. മദ്ധ്യഭാഗത്ത് പുലരി, ജ്യോതിസ്സ്, ഉഷസ്സ് എന്നീ സർക്കാർതല സേവന കേന്ദ്രങ്ങളെപ്പറ്റിയും വെളിച്ചം വിതറുന്നു. ഒടുവിലെ ഭാഗമായ "പരിചരണ സംവിധാനങ്ങൾ" പല അവസ്ഥകളിലും സാഹചര്യങ്ങളിലും കിടപ്പിലായിപ്പോകുന്ന പലവിധേനയുള്ള രോഗികളെ എങ്ങനെ പരിചരിക്കാം എന്നു വിശദമായി പറഞ്ഞു തരുന്നു. എന്റെ മെഡിക്കൽ വിദ്യാഭ്യാസകാലം മുതൽക്കേ നേരിട്ടറിയാവുന്ന സിസ്റ്റർ സിന്ധു നഴ്സിങ് ഫീൽഡിൽ മാത്രമല്ല, ബഹുമുഖ മേഖലകളിൽ സിന്ധു തന്റെ പ്രതിഭ തെളിയിച്ചിട്ടുണ്ട്. അവരുടെ ഈ സംരംഭം അത്യന്തം ശ്ലാഘനീയമാണ്. ഇത് സാന്ത്വനരംഗത്ത് മാത്രമല്ല, ആരോഗ്യ പരിപാലനരംഗത്ത് പ്രവർത്തിക്കുന്ന എല്ലാതരം ജീവനക്കാർക്കും ഉപകാരപ്രദമാകട്ടെ എന്ന് ആശംസിക്കുന്നു.

ഡോ. ഹരികൃഷ്ണൻ ആർ
അസോസിയേറ്റ് പ്രൊഫസർ
മെഡിക്കൽ കോളേജ്, തിരുവനന്തപുരം

സാന്ത്വന പരിചരണം (പാലിയേറ്റീവ് കെയർ)

സാന്ത്വന പരിചരണം ഒരു സമഗ്ര ശുശ്രൂഷയാണ്. വൈകാരിക സാമൂഹിക പ്രശ്നങ്ങളുടെ പരിഹാരവും, അസുഖങ്ങളുടെ വൈഷമ്യത കുറയ്ക്കലും, മരുന്നും, ശുശ്രൂഷയും ഇതിൽപ്പെടുന്നു. പാലിയേറ്റീവ് കെയർ രോഗത്തിന്റെ ചികിത്സ അല്ല. അസുഖത്തിന്റെ ചികിത്സയാണ്. രോഗം കാൻസർ, പക്ഷാഘാതം എയ്ഡ്സ് അങ്ങനെ എന്തുമാകാം. അതിൽ രോഗത്തിന്റെ അനുബന്ധപ്രശ്നങ്ങളായ, വേദന, ശ്വാസതടസ്സം, ഛർദ്ദി, മനോവിഷമങ്ങൾ തുടങ്ങിയ അസുഖങ്ങളെ കണ്ടറിഞ്ഞാണ് മരുന്നും സാന്ത്വനവും നല്കേണ്ടത്.

സന്നദ്ധ സംഘടനകളാണ് കൂടുതലും ഈ രംഗത്ത് പ്രവർത്തിക്കുന്നത്. കുടുംബാംഗങ്ങൾ, സുഹൃത്തുക്കൾ, അയൽക്കാർ, പ്രഫഷണലുകൾ തുടങ്ങിയ ആർക്കും സാന്ത്വന പരിചരണം നല്കാം. യോഗ്യത നേടിയവരുടെ മേൽനോട്ടമുണ്ടാകണമെങ്കിലും, പരിശീലനം ലഭിച്ചവർക്ക് വോളന്റിയേഴ്സ് ആകാം. അത്തരം ആൾക്കാർക്ക് ഇതുപോലെ ഒരു കൈപ്പുസ്തകം നല്കുന്ന അറിവ് ആശങ്ക കൂടാതെ പരിചരിക്കാൻ സഹായകമാകും.

മരണാസന്നരായ രോഗികൾക്ക് ശാരീരികവും മാനസികവുമായ സൗഖ്യം ലക്ഷ്യമിട്ട് തുടങ്ങിയ അഭയകേന്ദ്രങ്ങൾ (ഹോസ്പൈസ്) ആണ് ഇന്നത്തെ പാലിയേറ്റീവ് കെയറിന്റെ മുന്നോടി. 1967 ൽ യു കെയിൽ, ഡെംസിസിലി സോണ്ടേഴ്സ് എന്ന ഡോക്ടർ ആയിരുന്നു ലോകത്തിലെ ആദ്യത്തെ പാലിയേറ്റീവ് കെയർ ഹോസ്പിറ്റൽ സ്ഥാപിച്ചത്.

മരണത്തോടും മരണാസന്നരോടും സമൂഹത്തിനുള്ള മനോഭാവം ആ സമൂഹത്തിനെക്കുറിച്ച് നമുക്ക് പറഞ്ഞു തരുന്നു. 'നല്ല മരണം' എന്ന നല്ല ആശയം പഴയതാണെങ്കിലും ശാസ്ത്രീയമായ ഒന്നാണ്. നിഷേധം,

ക്രോധം, വിലപേശൽ, വിഷാദം, രാജിയാകൽ എന്നീ അഞ്ച് ഘട്ടങ്ങളി
ലൂടെ മരണാസന്നരുടെ ദുഃഖാവസ്ഥ കടന്നുപോകുന്നു എന്നാണ് മനഃ
ശാസ്ത്രജ്ഞർ വിലയിരുത്തുന്നത്.

എൺപതുകളുടെ തുടക്കത്തിൽ ആണ് പാലിയേറ്റീവ് കെയർ ഭാര
തത്തിൽ വേരുപിടിച്ചു തുടങ്ങുന്നത്. 1986 ൽ 'ശാന്തി ആവേഡ്നസദൻ'
എന്ന ഹോസ്പിറ്റൽ മുംബൈയിൽ സ്ഥാപിക്കപ്പെട്ടതും, 1994 ൽ 'ഇന്ത്യൻ
അസോസിയേഷൻ ഓഫ് പാലിയേറ്റീവ് കെയർ' രൂപീകൃതമായതും ഈ
പ്രസ്ഥാനത്തിന്റെ പ്രാരംഭമായി.

ലോകമെമ്പാടുമുള്ള ആവശ്യക്കാരിൽ 14% ജനതയ്ക്കും ഭാരതം മുഴു
വൻ നോക്കിയാൽ 1% ജനതയ്ക്കും മാത്രമാണ് സാന്ത്വന പരിചരണം
ലഭ്യമാകുന്നത്. ചികിത്സാ സൗകര്യങ്ങളുടെ അപര്യാപ്തത, അപ്രാപ്യത,
ഉയർന്ന ജനസാന്ദ്രത, ഭൂപ്രകൃതി ഉയർത്തുന്ന വെല്ലുവിളികൾ, നാർക്കോ
ട്ടിക് സ്വഭാവമുള്ള വേദനാ സംഹാരികളുടെ ലഭ്യതയിലുള്ള നിയമപര
മായ തടസ്സങ്ങൾ, നയപരവും സാമ്പത്തികപരവുമായ പിന്തുണയുടെ
അഭാവം എന്നിങ്ങനെ ഒരുപാട് ഘടകങ്ങൾ പാലിയേറ്റീവ് കെയറിന്റെ
വളർച്ചയ്ക്ക് തടസ്സം നില്ക്കുന്നു.

കേരളം ഇവിടെയും വികസിത രാജ്യങ്ങളോട് മത്സരിക്കുകയാണ്.
രാജ്യത്തെ പാലിയേറ്റീവ് പരിചരണങ്ങളിൽ മൂന്നിൽ രണ്ടും കേരളത്തി
ലാണ്. 1993 ൽ കോഴിക്കോട്, ഡോക്ടർ സുരേഷ്കുമാർ, ഡോക്ടർ രാജ
ഗോപാൽ എന്നിവരുടെ നേതൃത്വത്തിൽ പെയിൻ ആന്റ് പാലിയേറ്റീവ്
സൊസൈറ്റി രൂപീകരിച്ചു. ഗവൺമെന്റ് ആശുപത്രിയിലെ രോഗികൾക്ക്
പാലിയേറ്റീവ് കെയർ നല്കുകയായിരുന്നു ഉദ്ദേശം. ചെലവ് കുറഞ്ഞതും,
സാമൂഹ്യാധിഷ്ഠിതവും സുസ്ഥിരവുമായ അയൽക്കണ്ണികൾ എന്ന ആശ
യത്തിന്മേലാണ് കേരളത്തിലെ പാലിയേറ്റീവ് കെയറിന്റെ മുന്നേറ്റം.
'പാലിയം ഇന്ത്യ' പോലുള്ള ട്രസ്റ്റുകളും സാന്ത്വന പരിചരണത്തിൽ
സജീവ സാന്നിദ്ധ്യം അറിയിച്ചിട്ടുണ്ട്.

ഇന്ത്യയിൽ ആദ്യമായി കേരള ഗവൺമെന്റ് 'പാലിയേറ്റീവ് കെയർ
പോളിസി' പ്രഖ്യാപിച്ചു. ആരോഗ്യ കേരളം പോലുള്ള പദ്ധതികൾ വഴി
ഇത് പൊതുജനാരോഗ്യവുമായി ബന്ധിപ്പിക്കുവാൻ കഴിഞ്ഞിട്ടുണ്ട്. തദ്ദേശ
സ്വയംഭരണ സ്ഥാപനങ്ങൾ പ്രാഥമികാരോഗ്യ കേന്ദ്രങ്ങൾ വഴി നടപ്പി
ലാക്കുന്ന ഹോം കെയർ (വീട്ടിൽ നടത്തുന്ന അടിസ്ഥാന പരിചരണം)
മുതലാണ് സാന്ത്വനം തുടങ്ങുന്നത്. താരതമ്യേന പിന്നോക്ക ജില്ലകളായ
ഇടുക്കി, വയനാട്, മലപ്പുറം എന്നീ ജില്ലകളിൽ സാന്ത്വന പരിചരണം
വളരെ മുന്നേറി ഇതൊരു ജനകീയ പ്രസ്ഥാനമായി മാറിയിട്ടുണ്ട്. രാജ്യം
പത്മശ്രീ നല്കി ആദരിച്ച പാലിയേറ്റീവ് കെയർ സ്ഥാപകനാണ് എം
ആർ രാജഗോപാൽ. സാന്ത്വന ചികിത്സയിലെ ഇന്ത്യൻ വഴികാട്ടി, തിരു
വനന്തപുരം ആസ്ഥാനമാക്കി 'പാലിയം ഇന്ത്യ' എന്ന സാന്ത്വന പരിച
രണ ശ്രമം 2003 ൽ ആരംഭിച്ചു. വളരെ വിജയകരമായി ഇത് ഇപ്പോഴും
മുന്നേറുന്നുണ്ട്.

എന്താണ് സാന്ത്വന പരിചരണത്തിൽ നടക്കുന്നത്

അതികഠിനമായ രോഗപീഡയാൽ ബുദ്ധിമുട്ടുന്ന രോഗികളോടും കുടുംബത്തോടും സംസാരിച്ച് യാതനകളുടെ തീവ്രത മനസ്സിലാക്കുകയാണ് ആദ്യപടി. ഭവനസന്ദർശനം (ഹോം വിസിറ്റ്). ഇതിൽ സോഷ്യൽ വർക്കർ, സന്നദ്ധപ്രവർത്തകർ എന്നിവർക്ക് വലിയ പങ്കുണ്ട്.

പഴകിയതും പടർന്നതുമായ കാൻസർ, ഭേദമാകാത്ത പക്ഷാഘാതം, ഗുരുതരമായ ഹൃദയവൃക്കരോഗങ്ങൾ, സാധാരണ ജീവിതത്തിലേക്ക് തിരിച്ചു വരാത്തവിധം തലച്ചോറിനും സുഷുമ്നാനാഡിക്കും ഏല്ക്കുന്ന ക്ഷതം, എയ്ഡ്സ് രോഗികൾ, തളർച്ചാരോഗങ്ങൾ തുടങ്ങിവ ഉള്ളവർക്കാണ് സാന്ത്വന പരിചരണം ആവശ്യമായി വരുന്നത്. വേദന കുറയ്ക്കുന്നതിൽ മാത്രം ഒതുങ്ങുന്നതല്ല പാലിയേറ്റീവ് കെയർ. മിക്കപ്പോഴും കുഷ്ഠ രോഗികളുടെ ബുദ്ധിമുട്ടുകൾ, ശ്വാസംമുട്ട്, ഛർദ്ദി, ശയ്യാവ്രണം, മലമൂത്രതടസ്സങ്ങൾ തുടങ്ങിയ യാതനകൾ ദുസ്സഹമാകുന്നത് പരിചരിക്കാൻ ആളില്ലാതെ വരുമ്പോഴാണ്. ശാരീരിക വ്യഥകൾ പോലെ മുറിവുണ്ടാക്കുന്നതാണ് മാനസികവും സാമൂഹികവുമായ വ്യഥകളും വ്യസനങ്ങളും. ഇതിലെല്ലാം ക്രിയാത്മകമായി ഇടപെടുന്നതാണ് സാന്ത്വന പരിചരണം.

ഭാഗം I

ദീർഘകാല രോഗങ്ങൾ

ദീർഘകാല രോഗങ്ങളെക്കുറിച്ചുള്ള അടിസ്ഥാന വിവരങ്ങൾ മന സ്സിലാക്കുന്നത് രോഗീ പരിചരണത്തിന് നമ്മെ സഹായിക്കും. പ്രധാന മായി സമൂഹത്തിൽ കണ്ടുവരുന്ന ദീർഘകാല രോഗങ്ങൾ ചുവടെ ചേർ ക്കുന്നു.

പക്ഷാഘാതം

നട്ടെല്ലിനുക്ഷതം

കാൻസർ

മാനസികാരോഗ്യ പ്രശ്നങ്ങൾ

ബുദ്ധിമാന്ദ്യവും ജന്മനായുള്ള വൈകല്യങ്ങളും

പ്രമേഹം

ഉയർന്ന രക്തസമ്മർദ്ദം

ഹൃദ്രോഗം

ശ്വാസകോശ രോഗങ്ങൾ

വൃക്കസംബന്ധമായ രോഗങ്ങൾ

പുകയിലജന്യ രോഗങ്ങൾ (പി വി ഡി)

സന്ധിരോഗങ്ങൾ

അപസ്മാര രോഗങ്ങൾ

എച്ച് ഐ വി/എയ്ഡ്സ്

1. പക്ഷാഘാതം

തലച്ചോറിന്റെ വിവിധ ഭാഗങ്ങളിൽ രക്തം എത്തിക്കുന്ന ചെറുതും വലുതുമായ രക്തക്കുഴലുകൾക്ക് സംഭവിക്കുന്ന തകരാറുകളാണ് പക്ഷാ ഘാതത്തിന് കാരണം. രക്തക്കുഴലിനകത്ത് രക്തം കട്ടപിടിച്ച് അടയു കയോ രക്തക്കുഴലിൽ പൊട്ടലുണ്ടായി രക്തസ്രാവം ഉണ്ടായോ ഈ രോഗ മുണ്ടാകാം.

കാരണങ്ങൾ

ഉയർന്ന രക്തസമ്മർദ്ദം, പ്രമേഹം, കൊളസ്ട്രോൾ തുടങ്ങിയ അസു ഖമുള്ളവരിലും, പുകവലി ശീലമുള്ളവർ, പ്രായം ചെന്നവർ എന്നിവരി ലുമാണ് ഇതിനുള്ള സാദ്ധ്യത കൂടുതൽ.

ലക്ഷണങ്ങൾ

1. പെട്ടെന്നുണ്ടാകുന്ന ബോധക്കേട്
2. ശരീരത്തിന്റെ ഒരു വശത്തെ കൈകാലുകൾക്ക് ബലക്ഷയം
3. വായയും മുഖവും ഒരു ഭാഗത്തേക്ക് കോടിപ്പോവുക
4. ബുദ്ധിയിലും പെരുമാറ്റത്തിലും പെട്ടെന്നുണ്ടാകുന്ന മാറ്റങ്ങൾ
5. സംസാരശേഷി നഷ്ടപ്പെടുക
6. ഭക്ഷണം ഇറക്കാനുള്ള പ്രയാസം
7. പെട്ടെന്നുണ്ടാകുന്ന അപസ്മാരം

ചികിത്സ

പക്ഷാഘാതമുണ്ടായാൽ ആദ്യത്തെ ഏഴ് മണിക്കൂറിനുള്ളിലെ ചികി ത്സയാണ് ഏറ്റവും പ്രധാനം. ആദ്യ ദിവസങ്ങളിൽ രോഗിക്ക് തീവ്രപരി ചരണം അത്യാവശ്യമാണ്. ആദ്യ ദിവസ ചികിത്സയ്ക്കുശേഷം രോഗി പൂർവ്വസ്ഥിതിയിലെത്തിയില്ലെങ്കിൽ തുടർ പരിചരണം വീട്ടിൽവച്ചു നല്കാം.

ബുദ്ധിമുട്ടുകൾ

1. പ്രായം ചെന്നവർ ചിലപ്പോൾ ശിഷ്ടജീവിതം കിടപ്പിലായിപ്പോ യേക്കാം.
2. മലമൂത്ര വിസർജ്ജനത്തിനുള്ള നിയന്ത്രണം നഷ്ടപ്പെട്ടു പോകാം.
3. ബലക്ഷയം സംഭവിച്ച കൈകാലുകൾ കോച്ചിപ്പിടിക്കുകയും ചുരുങ്ങി പ്പോവുകയും ചെയ്യാം. അവിടെ തരിപ്പും വേദനയുമുണ്ടാകാം.

4. സംസാരത്തിന് കൊഞ്ഞിപ്പ് അഥവാ അവ്യക്തത ഉണ്ടാവുകയും ചെയ്യാം.
5. ജീവിതകാലം മുഴുവൻ അപസ്മാരം വരുന്ന അവസ്ഥ ഉണ്ടാകാം.
6. പലർക്കും കൈകാലുകളുടെ ബലക്ഷയം പൂർണ്ണമായി ഭേദപ്പെടാത്തതിനാൽ പരസഹായം വേണ്ടിവരും.
7. വിഷാദരോഗ സാദ്ധ്യതയും ഇത്തരം രോഗികളിൽ അധികമാണ്.
8. കിടപ്പിലാകുന്ന രോഗികൾക്ക് ശയ്യാവ്രണം വരാനുള്ള സാദ്ധ്യതയേറെയാണ്.
9. മലബന്ധവും അതുമായി ബന്ധപ്പെട്ട ബുദ്ധിമുട്ടുകളും ഇവരിൽ സാധാരണമാണ്.
10. ചിലർക്ക് ഭക്ഷണം കഴിക്കുന്നതിന് മൂക്കിലൂടെയുള്ള ട്യൂബ് ദീർഘകാലം ഉപയോഗിക്കേണ്ടി വരും.

തുടർ പരിചരണം

1. രക്തം കട്ടപിടിക്കാതിരിക്കാനാവശ്യമായ മരുന്നുകൾ തുടർച്ചയായി കഴിക്കണം.
2. ഇടയ്ക്കിടെ രക്തസമ്മർദ്ദം അളക്കുക.
3. പ്രമേഹ രോഗമുണ്ടെങ്കിൽ അത് നിയന്ത്രണ വിധേയമാക്കുക.
4. കൊളസ്ട്രോൾ കൂടാതിരിക്കുന്നതിനുള്ള മരുന്നുകൾ കഴിക്കുക.
5. ലഘു വ്യായാമങ്ങൾ ബലം വീണ്ടെടുക്കുന്നതിനും വേദനയും കോച്ചലും കുറയ്ക്കുന്നതിനും സഹായിക്കും.
6. കിടപ്പിലാകുന്ന രോഗികൾക്ക് ശയ്യാവ്രണം വരാതിരിക്കാനുള്ള മാർഗ്ഗങ്ങൾ സ്വീകരിക്കണം.
7. മൂത്രത്തിനോ ഭക്ഷണത്തിനോ ട്യൂബുള്ളവർക്ക് അത് കൃത്യസമയത്ത് മാറാനുള്ള സഹായം ചെയ്യണം.

2. നട്ടെല്ലിനുക്ഷതം

ജോലിക്കിടയിൽ ഉയരത്തിൽ നിന്നുവീണു പരിക്കേറ്റോ മറ്റ് അപകടങ്ങളിൽപ്പെട്ടോ നട്ടെല്ലിനുക്ഷതം സംഭവിച്ച് കൈകാലുകൾക്ക് തളർച്ച ബാധിച്ച അനേകംപേർ നമുക്കിടയിലുണ്ട്. നട്ടെല്ലിനു നടുവിലൂടെ കടന്നുപോകുന്ന സുഷുമ്നാ നാഡിയാണ് തലച്ചോറിൽ നിന്ന് ശരീരത്തിന്റെ എല്ലാ ഭാഗത്തേക്കുമുള്ള സന്ദേശങ്ങൾ കൊണ്ടുപോകുന്നത്. നട്ടെല്ലിന്റെ കശേരുക്കൾക്ക് ക്ഷതം സംഭവിക്കുമ്പോൾ ഈ സുഷുമ്നാ നാഡിക്ക് ചതവേല്ക്കുകയും തന്മൂലം കൈകാലുകളുടെ ചലനശേഷിയും സ്പർ

ശന ശേഷിയും നഷ്ടമാവുകയും ചെയ്യും. കഴുത്തിന്റെ ഭാഗത്ത് ക്ഷത മേറ്റാൽ ഇരുകൈകളും ഉടലും ഇരുകാലുകളും തളരും (ക്വാഡ്രിപ്ലീജിയ). കഴുത്തിന് കീഴ്പോട്ടുള്ള നട്ടെല്ലിന് ക്ഷതമേറ്റാൽ കീഴ്പോട്ടുള്ള ഉടലും കാലും തളരും (പാരാപ്ലീജിയ).

മറ്റ് രോഗങ്ങളിൽനിന്നും വ്യത്യസ്തമായി നട്ടെല്ലിന് ക്ഷതമേല്ക്കുന്നവർ അധികവും ചെറുപ്പക്കാരോ കുടുംബനാഥന്മാരോ ആയിരിക്കും. ഇത് കുടുംബത്തിന്റെ എല്ലാ കാര്യങ്ങളും അവതാളത്തിലാക്കും.

ബുദ്ധിമുട്ടുകൾ

നട്ടെല്ലിനു ക്ഷതമേറ്റ മിക്കവരും ജീവിതകാലം മുഴുവൻ കിടപ്പിലാകുന്നു. തന്മൂലം ശയ്യാവ്രണം ഉണ്ടാകുകയും സ്പർശനശേഷി ഇല്ലാത്തതിനാൽ മുറിവുകൾ വലുതായതിനുശേഷം മാത്രമേ തിരിച്ചറിയുകയുമുള്ളൂ. മുറിവ് പരിചരിക്കാൻ വീട്ടുകാർക്ക് അറിയാത്ത അവസ്ഥയിൽ മുറിവ് പഴുക്കുകയും ദുർഗ്ഗന്ധമുള്ളതാകുകയും ചെയ്യും.

മൂത്രം അറിയാതെ പോകുന്ന ബുദ്ധിമുട്ടുള്ളതിനാൽ പലരും സ്ഥിരമായി മൂത്രട്യൂബോ ഉറയോ അടിവയറ്റിൽ ദ്വാരമിട്ടുള്ള ട്യൂബോ അല്ലെങ്കിൽ ഇടയ്ക്കിടെ സ്വന്തമായി ട്യൂബിട്ട് മൂത്രമെടുക്കുന്നവരോ ആയിരിക്കും. അണുബാധയുണ്ടാകാതിരിക്കാൻ ഈ ട്യൂബുകൾ മാസത്തിലൊരിക്കലെങ്കിലും മാറ്റണം.

മലം പോകുന്നതിന് നിയന്ത്രണമില്ലാത്തതിനാൽ അറിയാതെ മലം പോകുകയും അഥവാ മലം ഉറച്ചുപോകുകയും ചെയ്യാം.

കുടുംബനാഥന്റെ ശുശ്രൂഷകന് പരസഹായംകൂടി വേണ്ടിവരുന്ന അവസ്ഥയിൽ കുടുംബ വരുമാനം പൂർണ്ണമായും നിലയ്ക്കുകയും കുടുംബം പട്ടിണിയിലാകുകയും കുട്ടികളുടെ വിദ്യാഭ്യാസം നിലയ്ക്കുകയും ചെയ്യും. തുടർച്ചയായ കിടപ്പ് രോഗിയെ സമൂഹത്തിൽനിന്ന് ഒറ്റപ്പെടുത്തും.

ചെയ്യാവുന്ന പരിചരണം

1. മൂത്രട്യൂബ് കൃത്യസമയത്ത് മാറാനുള്ള സഹായം.
2. സ്വന്തമായി ട്യൂബിട്ട് മൂത്രമെടുക്കുന്നവർക്ക് അണുബാധ ഉണ്ടാകാതിരിക്കാനുള്ള നിർദ്ദേശങ്ങൾ നല്കണം.
3. ശയ്യാവ്രണം പരിചരിക്കുന്നതിനുള്ള പരിശീലനം കുടുംബാംഗങ്ങൾക്ക് നല്കണം.
4. ആവശ്യമായ സമയത്ത് ഡോക്ടറുടെ സഹായവും മരുന്നുകളും ലഭ്യമാക്കണം.
5. കമോഡ്, വീൽചെയർ, വാക്കർ, കാലിപ്പർ തുടങ്ങിയവ ആവശ്യമായ രോഗികൾക്ക് ലഭ്യമാക്കാൻ ശ്രമിക്കുക.

6. ചികിത്സാ തട്ടിപ്പുകളിൽപ്പെട്ടുപോകാതെ കുടുംബത്തെ സംരക്ഷിക്കുക. കപട ചികിത്സക്കാരുടെ നീക്കങ്ങൾ തക്കസമയത്ത് ആരോഗ്യ പ്രവർത്തകരെ അറിയിക്കുക.
7. രോഗികളെ ഏതെങ്കിലും കൈത്തൊഴിലുകൾ അഭ്യസിപ്പിച്ചാൽ കുടുംബത്തെ സാമ്പത്തിക ക്ലേശത്തിൽ നിന്നും കുറച്ച് രക്ഷിക്കാം, രോഗിയുടെ മടുപ്പും മാറികിട്ടും.
8. രോഗിയുടെ ഒറ്റപ്പെടൽ ഒഴിവാക്കാൻ അയൽക്കാരെയും സുഹൃത്തുക്കളെയും സന്നദ്ധ പ്രവർത്തകരെയും ഇടയ്ക്കിടെ രോഗിയെ സന്ദർശിക്കാൻ പ്രോത്സാഹിപ്പിക്കുക.

3. കാൻസർ

ശരീരത്തിലെ ഓരോ അവയവവും നിർമ്മിച്ചിരിക്കുന്ന വളരെ ചെറിയ ഘടകങ്ങളാണ് കോശങ്ങൾ. കോശത്തിന്റെ മർമ്മത്തിലടങ്ങിയിരിക്കുന്ന ജനിതകഘടകങ്ങളിൽ വരുന്ന മാറ്റംമൂലം അനിയന്ത്രിതമായി കോശ വിഭജനം നടക്കുന്നു. ചുരുക്കത്തിൽ ശരീര ധർമ്മങ്ങൾക്കനുസരിച്ചല്ലാതെയുള്ള കോശവിഭജനവും വളർച്ചയുമാണ് കാൻസർ.

ചില കാൻസറുകൾ തൊട്ടടുത്ത ശരീര ഭാഗങ്ങളെ ഞെരുക്കുകയും പ്രവർത്തനം തടസ്സപ്പെടുത്തുകയും അവിടേക്ക് വ്യാപിക്കുകയും ചെയ്യും. ചില കാൻസറുകൾക്ക് തൊട്ട് അടുത്തല്ലാതെ സ്ഥിതിചെയ്യുന്ന അവയവങ്ങളിലേക്ക് ചേക്കേറാനും വളരാനും കഴിവുണ്ട്. ശ്വാസകോശങ്ങൾ, കരൾ, തലച്ചോറ്, എല്ലുകൾ, മാറിടം, ഗർഭാശയം എന്നിവിടങ്ങളിലാണ് വ്യാപിക്കുന്നത്. വർദ്ധിച്ചുവരുന്ന മദ്യപാനവും മാറി വരുന്ന ജീവിതരീതികളും ഒരു പരിധിവരെ കാൻസറിന് കാരണമാണ്.

ലക്ഷണങ്ങൾ

1. വായ്ക്കകത്തും മറ്റ് ശരീരഭാഗങ്ങളിലും കാണപ്പെടുന്ന ഉണങ്ങാത്ത മുറിവുകൾ.
2. പ്രകടമായ മാറ്റങ്ങളുള്ള അരിമ്പാറ, മറുക്
3. സ്തനമുഴകൾ
4. ആന്തരികാവയവങ്ങളിൽനിന്നുള്ള അസാധാരണമായ രക്തസ്രാവം.
5. ഭക്ഷണം വിഴുങ്ങാനുള്ള ബുദ്ധിമുട്ട്
6. ശബ്ദത്തിനുണ്ടാകുന്ന മാറ്റം
7. മലമൂത്ര വിസർജ്ജനത്തിലുള്ള മാറ്റങ്ങൾ

രോഗനിർണ്ണയം

രോഗബാധിത ഭാഗത്തുനിന്നും കോശങ്ങൾ എടുത്താണ് കാൻസർ നിർണ്ണയിക്കുന്നത്. അതിനായി ഏതാനും കോശങ്ങൾ സൂചികൊണ്ട് കുത്തിയെടുക്കുകയോ (എഫ് എൻ എ സി) ഒരു ചെറിയ ഭാഗം വെട്ടിയെടുത്ത് പരിശോധിക്കുകയോ (ബയോപ്സി) ചെയ്യാം. ആന്തരികാവയവങ്ങളിൽ കുഴലിറക്കി പരിശോധന, എക്സ്റേ, സ്കാനിങ് ഇവ രോഗനിർണ്ണയത്തിന് ഉപയോഗിക്കാം.

ചികിത്സ

ഓപ്പറേഷൻ, റേഡിയേഷൻ ചികിത്സ, മരുന്നു കുത്തിവയ്ക്കൽ (കീമോതെറാപ്പി)

പലപ്പോഴും അസുഖം പൂർണ്ണമായും ഭേദമാക്കാൻ സാധിച്ചില്ലെങ്കിൽ പോലും ബുദ്ധിമുട്ടുകൾ കുറയ്ക്കാൻവേണ്ടി ഈ മൂന്ന് ചികിത്സാരീതികളും ഉപയോഗിക്കാറുണ്ട്.

റേഡിയേഷൻ

എക്സേറേ പോലുള്ള എന്നാൽ അതിനെക്കാൾ ശക്തികൂടിയ ചില വികിരണങ്ങൾ അസുഖം ബാധിച്ച സ്ഥലത്ത് പതിപ്പിച്ച് കാൻസർ കോശങ്ങളെ നശിപ്പിച്ചു കളയുന്നതാണ് റേഡിയേഷൻ ചികിത്സ.

പാർശ്വഫലങ്ങൾ

വയറിളക്കം, തൊലിപ്പുറമേ കരിവാളിക്കുകയും കട്ടികൂടുകയും ചെയ്യുക, പ്രത്യുല്പാദനശേഷിക്കുറവ്, ക്ഷീണം, വിശപ്പില്ലായ്മ.

റേഡിയേഷൻ ഭാഗത്തെ ചർമ്മ സംരക്ഷണം

റേഡിയേഷൻ ഭാഗത്തെ ചർമ്മത്തിൽ അധികം ചൂടോ, തണുപ്പോ ഏല്ക്കാതെ നോക്കണം.

അധികം മുറുക്കമുള്ളതോ പരുപരുത്തതോ ആയ വസ്ത്രങ്ങൾ ധരിക്കരുത്.

റേഡിയേഷൻ അടിക്കുന്ന ഭാഗം മാർദ്ദവമുള്ള തുണി ഉപയോഗിച്ച് പൈപ്പ് വെള്ളത്തിൽ കഴുകി കാറ്റത്തുണക്കുക.

സൂര്യകിരണങ്ങൾ പതിക്കാതിരിക്കാൻ ശ്രദ്ധിക്കുക. സുഗന്ധദ്രവ്യങ്ങൾ ഉപയോഗിക്കരുത്.

കീമോതെറാപ്പി

മരുന്നുകൾ ഉപയോഗിച്ചുള്ള ചികിത്സയാണിത്. (ഇഞ്ചക്ഷനോ, ഗുളി

കകളോ) പലപ്പോഴും ഒന്നിലധികം മരുന്നുകൾ ഒരേ സമയത്ത് ഉപയോ ഗിക്കാറുണ്ട്.

പാർശ്വഫലങ്ങൾ

ഛർദ്ദി, മനംപുരട്ടൽ, ക്ഷീണം, മുടിപൊഴിച്ചിൽ, മലബന്ധം, വായ്ക്കു ള്ളിലെ പൊള്ളലുകൾ, ഓക്കാനം, വിശപ്പില്ലായ്മ, രക്താണുക്കളുടെ എണ്ണ ത്തിൽ കുറവ്. (പ്രതിരോധശേഷി കുറയ്ക്കുന്നതിനാൽ അണുബാധയു ണ്ടാകാനുള്ള സാദ്ധ്യതയേറും.

ശ്രദ്ധിക്കേണ്ട കാര്യങ്ങൾ

- പുകയിലയും മദ്യവും ഉപയോഗിക്കരുത്.
- ഓക്കാനം തോന്നാതിരിക്കുമ്പോൾ ആഹാരവും വെള്ളവും കഴി ക്കുക.
- ധാരാളം നാരടങ്ങിയ ഭക്ഷണങ്ങൾ കഴിക്കുക.
- ദിവസം മൂന്നു ലിറ്റർ വെള്ളമെങ്കിലും കുടിക്കാൻ പ്രേരിപ്പിക്കുക.
- കൊഴിഞ്ഞു പോകുന്ന മുടി വീണ്ടും കിളിർക്കുമെന്ന അറിവ് രോഗിക്ക് ആശ്വാസമേകും.
- രക്താണുക്കൾ ഇടയ്ക്കിടെ പരിശോധിക്കുക.
- സാംക്രമിക രോഗങ്ങളുള്ളവരുമായി അടുത്ത് ഇടപഴകാതിരിക്കാൻ ശ്രദ്ധിക്കുക.
- ചില കാൻസറുകൾ പാരമ്പര്യമായി പകരാമെങ്കിലും ഇത് ഒരു രോഗി യിൽ നിന്നും മറ്റൊരാളിലേക്ക് പകരുകയില്ല.

4. മാനസികാരോഗ്യ പ്രശ്നങ്ങൾ

തലച്ചോറിന്റെ പ്രവർത്തനങ്ങളിൽ ഉണ്ടാകുന്ന താളപ്പിഴകളും, ജനി തക കാരണങ്ങളും മാനസിക സമ്മർദ്ദങ്ങളുമൊക്കെയാണ് മാനസികാ രോഗത്തിനുള്ള കാരണങ്ങൾ, കുടുംബപ്രശ്നങ്ങളും സാമൂഹിക പ്രശ്ന ങ്ങളും ഇതിന്റെ ഗതി നിർണ്ണയിക്കും. സാധാരണ മാനസിക പ്രശ്നങ്ങൾ വിഷാദം, ഉന്മാദം, ഉൽക്കണ്ഠ, അകാരണമായ ഭയം, സ്കീസോഫ്രീനിയ, മദ്യപാനം എന്നിവയാണ്. ഏറ്റവും വേഗം ശാസ്ത്രീയ ചികിത്സ തുടങ്ങു ന്നതുമൂലം അസുഖം വേഗം ഭേദപ്പെടും.

ലക്ഷണങ്ങൾ

1. ഉറക്കക്കുറവ് (താമസിച്ചു ഉറങ്ങുക, പതിവിലും നേരത്തെ ഉണരുക)
2. വിശപ്പില്ലായ്മ, ശരീരഭാരം കുറയുക.

3. ഉത്സാഹക്കുറവ്, താല്പര്യമില്ലായ്മ, വിഷാദം, ശ്രദ്ധക്കുറവ്.

4. അതിയായ നിരാശ, ഭാവിയെക്കുറിച്ചുള്ള അശുഭചിന്തകൾ.

5. അതിയായ ഉൽക്കണ്ഠ, വേവലാതി

6. ആത്മഹത്യാപ്രവണത

7. അസാധാരണ ശീലങ്ങൾ (ചെയ്ത കാര്യങ്ങൾ വീണ്ടും പരിശോധിക്കുക, ആവർത്തിക്കുന്ന കഴുകലും വൃത്തിയാക്കലും)

8. മറ്റുള്ളവർ തന്നെ ദോഷപ്പെടുത്താൻ ശ്രമിക്കുന്നുവെന്ന തോന്നൽ

9. ഇല്ലാത്ത ശബ്ദങ്ങൾ കേൾക്കുക, ഇല്ലാത്ത കാഴ്ച കാണുക, തനിയെ ചിരിക്കുക, സംസാരിക്കുക.

10. അമിത മദ്യപാനം

11. ഇടയ്ക്കിടെ ബോധക്ഷയം ഉണ്ടാകുക.

ശ്രദ്ധിക്കേണ്ട കാര്യങ്ങൾ

● ലഹരി പദാർത്ഥങ്ങളുടെ ഉപയോഗം ചികിത്സയെ പ്രതികൂലമായി ബാധിക്കും.

● അസുഖത്തിന്റെ ലക്ഷണങ്ങൾ മാറിയാലും ഡോക്ടറുടെ നിർദ്ദേശ മില്ലാതെ മരുന്ന് നിർത്തരുത്.

● രോഗികളോട് സ്നേഹത്തോടെ പെരുമാറുകയും ഒറ്റപ്പെടുത്താതിരിക്കുകയും ചെയ്യുക. കഴിവതും വീട്ടിൽ തന്നെ ചികിത്സ നല്കുക.

● രോഗം കുറയുന്നതനുസരിച്ച് ജോലികൾ ചെയ്യാൻ പ്രേരിപ്പിക്കുക.

● മരുന്ന് കഴിക്കാൻ ബുദ്ധിമുട്ടുള്ളവർക്ക് മാസത്തിലൊരിക്കൽ എടുക്കാവുന്ന കുത്തിവയ്പ്പുണ്ട്.

5. വിഷാദരോഗം

സ്ഥായിയായ സങ്കടം, കാര്യങ്ങൾ ചെയ്യാനുള്ള താല്പര്യക്കുറവ്, ഉന്മേഷക്കുറവ്, എപ്പോഴും ക്ഷീണം, തളർച്ചയും ഉറക്കമില്ലായ്മയും, വിശപ്പ് കുറവ്, ശ്രദ്ധക്കുറവ്, മറവി, താൻ എല്ലാവർക്കും ഭാരമാണെന്ന തോന്നൽ, ജീവിച്ചിരുന്നിട്ട് കാര്യമില്ലെന്ന തോന്നൽ തുടങ്ങിയവയൊക്കെ യാണ് വിഷാദരോഗത്തിന്റെ ലക്ഷണങ്ങൾ.

തലച്ചോറിലെ ചില രാസപദാർത്ഥങ്ങളിൽ ഉണ്ടാകുന്ന വ്യത്യാസം, ശാരീരികരോഗങ്ങൾ, സാമ്പത്തിക പ്രശ്നങ്ങൾ, കുടുംബ പ്രശ്നങ്ങൾ, തൊഴിൽ പ്രശ്നങ്ങൾ എന്നിവയാണ് വിഷാദരോഗത്തിന്റെ കാരണങ്ങൾ.

ചികിത്സ

ശാരീരികാസ്വാസ്ഥ്യങ്ങളെപ്പോലെ ചികിത്സിച്ചു മാറ്റാവുന്ന ഒന്നാ ണിത്. മരുന്നു ചികിത്സയും കൗൺസലിങ്ങും രോഗിക്ക് ആശ്വാസമേകും.

ഭവിഷ്യത്തുകൾ

കുടുംബപരവും സാമൂഹികവുമായ കാര്യങ്ങളെ പ്രതികൂലമായി ബാധിക്കും.

ചികിത്സ ലഭിക്കാത്തവരിൽ 15% പേരെങ്കിലും ആത്മഹത്യ ചെയ്യും.

ഹൃദ്രോഗം, പ്രമേഹം, രക്താതി സമ്മർദ്ദം, കാൻസർ തുടങ്ങിയ രോഗ ങ്ങളുള്ളവർക്ക് വിഷാദരോഗം കൂടിയുണ്ടെങ്കിൽ അവരുടെ ശാരീരിക രോഗാവസ്ഥ സങ്കീർണ്ണമാകും.

ശ്രദ്ധിക്കേണ്ട കാര്യങ്ങൾ

- ഗൃഹ സന്ദർശന സമയത്ത് വിഷാദരോഗ ലക്ഷണങ്ങളുള്ളവരെ തിരി ച്ചറിഞ്ഞാൽ ഉടൻ ചികിത്സയ്ക്ക് വിധേയരാക്കുക.
- അവരോട് കൂടുതൽ സംസാരിക്കുക. പ്രശ്നങ്ങൾ മനസ്സിലാക്കാൻ ശ്രമിക്കുക.
- അടുത്തു പെരുമാറുന്നതുമൂലം രോഗിക്ക് ആത്മഹത്യാ പ്രവണത യുണ്ടെന്ന് മനസ്സിലാക്കാനാകും.

6. ബുദ്ധിമാന്ദ്യവും ജന്മനായുള്ള വൈകല്യങ്ങളും

ജനിതകരോഗങ്ങളോ, ഗർഭകാലത്തോ, പ്രസവ സമയത്തോ, ശൈശവ സമയത്തോ ഉണ്ടാകുന്ന തകരാറുകളോ ആണ് കുട്ടികൾക്ക് ബുദ്ധിമാന്ദ്യം വരുന്നതിന് കാരണം. ഇത്തരം കുട്ടികൾ രക്ഷിതാക്കൾക്ക് വലിയ മനോവേദനയാണ്. ഇവർക്ക് പ്രത്യേക ശ്രദ്ധയും പരിശീലനവും ക്ഷമയോടെ നല്കിയാൽ പല നേട്ടങ്ങളും കൈവരിക്കാനാകും. പ്രത്യേക പരിശീലനം ലഭിച്ച അദ്ധ്യാപകരുടെയും കേന്ദ്രങ്ങളുടെയും സഹായം ആശ്രയിക്കാം.

7. വൃദ്ധരുടെ ആരോഗ്യപ്രശ്നങ്ങൾ

കൂട്ടുകുടുംബ വ്യവസ്ഥയിൽ നിന്നുമാറി അണുകുടുംബങ്ങൾ കൂടു തലായി വരുന്ന ഇന്നത്തെ സമൂഹത്തിൽ വൃദ്ധജനങ്ങൾ തികച്ചും ഒറ്റ പ്പെട്ടു പോകുന്നു. ദീർഘകാല രോഗങ്ങളിൽ പലതും ഇവർക്കാണ് കാണു ന്നത്. ശയ്യാവ്രണവും മലമൂത്ര സംബന്ധമായ ബുദ്ധിമുട്ടുകളും ഗൃഹ കേന്ദ്രീകൃത പരിചരണം ലഭ്യമാക്കേണ്ടവയാണ്.

അടുത്തിടെ വൃദ്ധജനങ്ങളിൽ കണ്ടുവരുന്ന രോഗമാണ് മറവിരോഗം

(ഡിമെൻഷ്യ) മറവിയാണ് ആദ്യ ലക്ഷണം. തുടക്കത്തിൽ വാക്കുകളും പേരുകളും മറന്നു തുടങ്ങും, പിന്നെ അടുത്തിടപഴകുന്നവരെ പോലും മറക്കും. ക്രമേണ നിത്യജീവിതത്തിന് അത്യാവശ്യമായ കാര്യങ്ങൾ പോലും ചെയ്യാൻ കഴിയാതെ വരുന്നു. മലമൂത്ര വിസർജ്ജനത്തിനുള്ള നിയന്ത്രണം നഷ്ടപ്പെടുകയും സംസാരശേഷി പോലും പൂർണ്ണമായും നഷ്ടപ്പെടുന്ന അവസ്ഥയിലെത്തുകയും ചെയ്യും. ഇതിന് ചികിത്സയൊന്നുമില്ല. രോഗത്തിന്റെ കാര്യങ്ങൾ മനസ്സിലാക്കി ക്ഷമയോടും സഹാനുഭൂതിയോടും കൂടി പരിചരിക്കുക മാത്രമേ വഴിയുള്ളൂ. കുടുംബാംഗങ്ങൾക്ക് ശക്തമായ പിന്തുണയും പ്രോത്സാഹനവും നല്കണം.

8. പ്രമേഹം

നാം കഴിക്കുന്ന ഭക്ഷണത്തിലെ പല ഘടകങ്ങളും ഗ്ലൂക്കോസായി മാറി ശരീരത്തിന്റെ വിവിധ ഭാഗങ്ങളിലെത്തുന്നു. ആഗ്നേയഗ്രന്ഥി ഉല്പാദിപ്പിക്കുന്ന ഇൻസുലിൻ എന്ന ഹോർമോണാണ് രക്തത്തിലെ ഗ്ലൂക്കോസിന്റെ അളവ് നിയന്ത്രിക്കുന്നത്. ഇൻസുലിൻ ഉല്പാദിപ്പിക്കുന്നതിന്റെ കുറവ് മൂലമോ ശരീരഭാഗങ്ങൾ ഇൻസുലിൻ ഉപയോഗിക്കുന്നതിൽ ഉണ്ടാക്കുന്ന തകരാറുമൂലമോ രക്തത്തിൽ പഞ്ചസാരയുടെ അളവ് കൂടുകയും എന്നാൽ കോശങ്ങൾക്ക് പഞ്ചസാര ഉപയോഗിക്കാൻ സാധിക്കാതെ വരികയും ചെയ്യുന്ന അവസ്ഥയാണ് പ്രമേഹം.

ബുദ്ധിമുട്ടുകൾ

തലച്ചോറ്, വൃക്കകൾ, ഹൃദയം, കണ്ണുകൾ, നാഡീഞരമ്പുകൾ, പേശികൾ എന്നിവയുടെ പ്രവർത്തനത്തെ പ്രമേഹം ബാധിക്കും. ഉയർന്ന രക്തസമ്മർദ്ദം, കൊളസ്ട്രോൾ, അമിതവണ്ണം തുടങ്ങിയ അസുഖമുള്ളവരിലും പുകവലിക്കാരിലും പ്രമേഹം അപകടകാരിയാണ്. ഹൃദ്രോഗം, പക്ഷാഘാതം, വൃക്ക സംബന്ധമായ അസുഖങ്ങൾ, തിമിരം തുടങ്ങിയവയുണ്ടാകാനുള്ള സാദ്ധ്യതയേറെയാണ്. പ്രതിരോധശേഷി കുറയുന്നതുമൂലം അണുബാധയുണ്ടാകാനുള്ള സാദ്ധ്യതയും കൂടുതലാണ്.

ലക്ഷണങ്ങൾ

അമിതമായ ദാഹം, ഇടയ്ക്കിടെ മൂത്രമൊഴിക്കൽ (പ്രത്യേകിച്ചും രാത്രിയിൽ), അമിതമായ ക്ഷീണം, ശരീരം മെലിയുക, മുറിവുകൾ ഉണങ്ങാതിരിക്കൽ എന്നിവയാണ് പ്രധാന ലക്ഷണങ്ങൾ.

രോഗനിർണ്ണയം

രക്തത്തിലുള്ള പഞ്ചസാരയുടെ അളവ് പരിശോധിച്ചാണ് രോഗം നിർണ്ണയിക്കുന്നത്. കാലത്ത് ഭക്ഷണത്തിന് മുമ്പും (എഫ് ബി എസ്)

ഭക്ഷണം കഴിച്ച് 1 1/2 മണിക്കൂർ കഴിഞ്ഞും (പി പി ബി എസ്) രക്തപരി ശോധന നടത്താം. രക്തത്തിൽ പഞ്ചസാരയുടെ അളവ് കൂടുമ്പോൾ ഇത് മൂത്രത്തിൽ പ്രത്യക്ഷപ്പെടുന്നു. അതിനാൽ മൂത്രപരിശോധന നടത്തി യാലും രോഗം കണ്ടുപിടിക്കാം.

ചികിത്സ

കൃത്യമായ ചികിത്സകൊണ്ട് നിയന്ത്രിച്ച് നിർത്തേണ്ട രോഗമാണിത്. ഗുളികകളും ഇൻസുലിൻ ഇഞ്ചക്ഷനും ഉപയോഗിക്കുന്നുണ്ട്. ഭക്ഷണ നിയന്ത്രണം, വ്യായാമം, ആരോഗ്യശീലങ്ങൾ, മരുന്ന്, കൃത്യമായ പരി ശോധനകൾ തുടങ്ങിയ ചികിത്സാ പദ്ധതിയാണ് പ്രമേഹം നിയന്ത്രിക്കാൻ വേണ്ടത്.

ഭക്ഷണ നിയന്ത്രണം

അന്നജം, കൊഴുപ്പ് ഇവ നിയന്ത്രിക്കണം. അരി, ഗോതമ്പ്, മരച്ചീനി, ഉരുളക്കിഴങ്ങ്, മറ്റ് കിഴങ്ങുവർഗ്ഗങ്ങൾ, മധുരം കൂടിയ പഴവർഗ്ഗങ്ങൾ ഇവ യുടെ ഉപയോഗം കുറയ്ക്കണം. പഞ്ചസാര, മധുര പലഹാരങ്ങൾ പൂർണ്ണ മായി ഒഴിവാക്കണം. നാരുകളടങ്ങിയ ഭക്ഷണം (ഇലക്കറികൾ, പച്ചക്കറി കൾ) പയറുവർഗ്ഗങ്ങൾ ഇവ ധാരാളം കഴിക്കുക.

വ്യായാമം

ധാരാളം നടക്കുക. വീട്ടുജോലികളിൽ ഏർപ്പെടുക. വ്യായാമം പ്രമേഹ നിയന്ത്രണത്തിന് സഹായിക്കും.

ആരോഗ്യശീലങ്ങൾ

പ്രമേഹ രോഗികൾ പുകവലിയും പുകയിലയുടെ ഉപയോഗവും പൂർണ്ണമായും നിർത്തേണ്ടതാണ്. ഒപ്പം മദ്യത്തിന്റെ ഉപയോഗവും.
കാലുകളിൽ മുറിവുണ്ടാകാതെ സൂക്ഷിക്കുക. കാലുകൾ വൃത്തി യായി സൂക്ഷിക്കുക. മുറിവുകൾക്ക് കൃത്യമായ പരിചരണം കൊടുക്കുക.

രക്തത്തിൽ പഞ്ചസാരയുടെ അളവ് കുറഞ്ഞുപോയാൽ

പ്രമേഹരോഗത്തിന് മരുന്നുകളും ഇൻസുലിനും മറ്റും എടുക്കുന്ന വർ ഭക്ഷണം തീരെ കഴിക്കാതിരുന്നാൽ രക്തത്തിൽ പഞ്ചസാരയുടെ അളവ് വളരെ കുറഞ്ഞുപോകും.

ലക്ഷണങ്ങൾ

ക്ഷീണം, മയക്കം, വിളിച്ചുണർത്താൻ പ്രയാസമുള്ള ഉറക്കം, കൂർക്കം വലി, വിയർപ്പ്, വിശപ്പ്, ശരീരം തണുക്കൽ.

ശ്രദ്ധിക്കേണ്ട കാര്യങ്ങൾ

വൈദ്യസഹായം ഉടൻ ലഭ്യമല്ലെങ്കിൽ ഏതാനും സ്പൂൺ പഞ്ചസാര കലക്കി കുടിപ്പിക്കുക (ബോധം ഉണ്ടെങ്കിൽ മാത്രം) രക്തപരിശോധന നടത്താൻ സഹായിക്കുക. ഇടയ്ക്കിടെ ഇങ്ങനെയുണ്ടായാൽ ഡോക്ടറുടെ നിർദ്ദേശ പ്രകാരം മരുന്നിന്റെ അളവ് വ്യത്യാസപ്പെടുത്തുക. ഈ അവസ്ഥ വളരെനേരം തുടർന്നാൽ ജീവനുതന്നെ ഭീഷണിയായേക്കും. അതിനാൽ ഉടൻ വൈദ്യസഹായം തേടണം.

കൃത്യസമയത്ത് ആഹാരം കഴിക്കേണ്ടതിന്റെ പ്രാധാന്യം രോഗിയെയും ബന്ധുക്കളെയും പറഞ്ഞു മനസ്സിലാക്കുക.

9. ഉയർന്ന രക്തസമ്മർദ്ദം

ഹൃദയമാണ് ശരീരത്തിന്റെ വിവിധ ഭാഗങ്ങളിൽ രക്തക്കുഴലുകൾ വഴി രക്തം എത്തിക്കുന്നത്. രക്തക്കുഴലുകളിലെ രക്തം അതിന്റെ ഭിത്തിയിൽ ഉണ്ടാക്കുന്ന സമ്മർദ്ദമാണ് ബ്ലഡ് പ്രഷർ (ബി പി) രക്തസമ്മർദ്ദം.

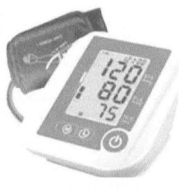

ഹൃദയം മിനിറ്റിൽ 72 തവണ എന്ന തോതിൽ മിടിച്ചുകൊണ്ടിരിക്കുകയാണ്. ഇതിൽ ഹൃദയം സങ്കോചിക്കുമ്പോൾ രക്തക്കുഴലുകളിൽ അനുഭവപ്പെടുന്ന സമ്മർദ്ദത്തെ സിസ്റ്റോളിക് പ്രഷർ എന്നും ഹൃദയം വികസിക്കുമ്പോൾ രക്തക്കുഴലുകളിൽ അനുഭവപ്പെടുന്ന സമ്മർദ്ദത്തെ ഡയസ്റ്റോളിക് പ്രഷർ എന്നും പറയുന്നു. ഉദാഹരണമായി ബി പി 120/80 എന്നു പറഞ്ഞാൽ 120 സിസ്റ്റോളിക് പ്രഷർ 80 ഡയസ്റ്റോളിക് പ്രഷറുമാണ്.

ചിലയാളുകളിൽ രക്തക്കുഴലുകളുടെ ഇലാസ്റ്റികത കുറയുന്നതിനാലോ രക്തത്തിലെ ജലാംശം കൂടുന്നതിനാലോ രക്തസമ്മർദ്ദം സാധാരണപരിധി (120/80) ക്ക് മുകളിലായിരിക്കും. ഇതാണ് ഉയർന്ന രക്തസമ്മർദ്ദം (ഹൈപ്പർ ടെൻഷൻ)

ആരോഗ്യ പ്രശ്നങ്ങൾ

രക്തക്കുഴലുകളുടെ ഉൾഭാഗത്തെ നേർത്ത ഭിത്തിയിൽ വിള്ളലുകൾ ഉണ്ടാവുകയും അവിടെ രക്തവും കൊളസ്ട്രോളും കട്ടപിടിച്ച് തടസ്സങ്ങൾ ഉണ്ടാകുകയും ചെയ്യും. ഹൃദയപേശികൾക്ക് രക്തംകൊടുക്കുന്ന കുഴലുകൾക്കകത്താണ് തടസ്സമുണ്ടാകുന്നതെങ്കിൽ ഹൃദയാഘാതം (സ്ട്രോക്ക്) ഉണ്ടാകും. വൃക്കകൾ, കണ്ണുകൾ തുടങ്ങി പല ശരീരഭാഗങ്ങളുടേയും

പ്രവർത്തനത്തെ ഉയർന്ന രക്തസ മ്മർദ്ദം പ്രതികൂലമായി ബാധിക്കും.

രക്തസമ്മർദ്ദം അളക്കുന്നവിധം

രക്തസമ്മർദ്ദം അളക്കുന്ന ഉപക രണമാണ് സ്ഫിഗ്മോമാനോമീറ്റർ ഒരു റബ്ബർ സഞ്ചിയെ തുണി സഞ്ചി ക്കുള്ളിലാക്കിയ രൂപത്തിലുള്ള ഒരു കഫ്, അടയാളപ്പെടുത്തിയ ഒരു മെർക്കുറി (രസം) കോളം, ഇവയെ ബന്ധിപ്പിക്കുന്ന ട്യൂബ് ഇവയാണ് സ്ഫിഗ്മോമാനോമീറ്ററി (ബി പി അപ്പാരറ്റസ്) ന്റെ ഭാഗങ്ങൾ.

കഫ് വലതു കൈമുട്ടിന് മുകളിൽ ഇറുകെ ചേർത്ത് കെട്ടുക. കണ ങ്കൈയിൽ നാഡിമിടിപ്പ് അറിഞ്ഞുകൊണ്ട് കഫിന് മുകളിലേക്ക് വായു പമ്പ് ചെയ്ത് കയറ്റുക. നാഡിമിടിപ്പ് തൊട്ടറിയാൻ കഴിയാത്ത അവസ്ഥ യിൽ മെർക്കുറി കോളത്തിൽ കാണുന്ന അളവാണ് സിസ്റ്റോളിക് സമ്മർദ്ദം. ഇത് സ്റ്റെതസ്കോപ്പ് കൈമുട്ടിന് മുൻപിലായി കുഴിഞ്ഞിരിക്കുന്ന ഭാഗത്ത് നാഡിമിടിപ്പ് ഉള്ള ഭാഗത്ത് സിസ്റ്റോളിക് സമ്മർദ്ദം ലഭിച്ചതിനും 20-30 മില്ലിലിറ്റർ എത്തുന്നതുവരെ വായു കഫിലേക്ക് പമ്പ് ചെയ്യുക. വായു നല്ലവണ്ണം കയറി കഫ് വീർക്കുമ്പോൾ ധമനിയിലെ രക്തയോട്ടം നിലച്ച്

നാഡിമിടിപ്പ് കേൾക്കാതെ വരും. പമ്പ് ചെയ്ത് കയറ്റിയ വായു വളരെ സാവധാനത്തിൽ തുറന്നു വിടുക. അപ്പോൾ ധമനി മിടിക്കുന്ന ശബ്ദം കേട്ടുതുടങ്ങുന്നു. ഇതാണ് സിസ്റ്റോളിക് പ്രഷർ. വായു വീണ്ടും തുറന്നുവിടുമ്പോൾ ശബ്ദം ഉച്ചത്തിലാകുകയും ക്രമേണ ഇല്ലാതാകുകയും ചെയ്യുന്നു. ശബ്ദം നിലയ്ക്കുന്ന അളവാണ് ഡയസ്റ്റോളിക് പ്രഷർ. ഇത് രണ്ടും ചേർത്തെഴുതിയാണ് രക്തസമ്മർദ്ദം രേഖപ്പെടുത്തുന്ന ത്. (120/80).

ശ്രദ്ധിക്കേണ്ട കാര്യങ്ങൾ

1. മരുന്നുകൾ കൃത്യസമയത്ത് കഴിക്കുക. ഇടവിട്ടുള്ള ചികിത്സയും സ്വയം ചികിത്സയും അപകടകരമാണ്.

2. ഇടയ്ക്കിടെ പ്രഷർ പരിശോധിക്കുക.

3. അമിതവണ്ണം കുറയ്ക്കുക, പ്രമേഹം, കൊളസ്ട്രോൾ തുടങ്ങിയ വയ്ക്ക് കൃത്യമായ ചികിത്സയെടുക്കുക.

4. ഉയർന്ന രക്തസമ്മർദ്ദം ചികിത്സിച്ചു മാറ്റാനാവില്ല പകരം നിയന്ത്രിച്ചു നിറുത്തുകയും അപകടകരമായ ഭവിഷ്യത്തുകൾ ഒഴിവാക്കുകയും ചെയ്യാനാകും.

5. പുകവലി നിർത്തണം.

6. ആഹാരത്തിൽ ഉപ്പ്, കൊഴുപ്പ്, അന്നജം ഇവയുടെ അളവ് കുറയ് ക്കണം.

7. മിതമായ വ്യായാമം ചെയ്യണം (വീട്ടുജോലികൾ, നടത്തം)

8. മാനസിക സംഘർഷം കുറയ്ക്കണം.

10. ഹൃദ്രോഗങ്ങൾ

വ്യക്തിയുടെ പ്രായം, പാരമ്പര്യം തുടങ്ങിയ നമുക്കിടപെടാൻ കഴി യാത്തതും, പുകവലി, ഉയർന്ന രക്തസമ്മർദ്ദം, കൊളസ്ട്രോൾ, പ്രമേഹം, പൊണ്ണത്തടി, വ്യായാമക്കുറവ് കടുത്ത മാനസിക സംഘർഷം എന്നി ങ്ങനെ പ്രതിരോധിക്കാൻ കഴിയുന്നതുമായ കാരണങ്ങളാണ് ഹൃദ്രോഗം വരുത്തിവയ്ക്കുന്നത്. പുകവലിയാണ് ഏറ്റവും പ്രധാനം.

കാരണങ്ങൾ

• 65 വയസ്സിന് താഴെയുള്ള പുരുഷന്മാരിൽ ഹൃദ്രോഗ മരണങ്ങൾ പുക വലി മൂലമാണ്

• രക്താതി സമ്മർദ്ദം നിമിത്തം രക്തക്കുഴലുകളിലുണ്ടാകുന്ന തടസ്സം ഹൃദയഭാഗത്തേക്കുള്ള രക്തയോട്ടം കുറയ്ക്കുന്നത് ഹൃദ്രോഗമുണ്ടാ ക്കുന്നു.

• ഉയർന്ന കൊളസ്ട്രോൾ രണ്ടു തരത്തിലുണ്ട്. എച്ച് ഡി എൽ (ഹൈ ഡെൻസിറ്റി ലിപ്പോപ്രോട്ടീൻ) എന്ന കൊളസ്ട്രോൾ ഹൃദയത്തെ സംരക്ഷിക്കുകയും ഹൃദ്രോഗം തടയുകയും ചെയ്യും. എന്നാൽ എൽ ഡി എൽ കൊളസ്ട്രോൾ കൂടുന്നത് ഹൃദ്രോഗ സാദ്ധ്യത കൂട്ടുന്നു.

• പ്രമേഹരോഗികൾക്ക് ഹൃദ്രോഗ സാദ്ധ്യത വളരെ കൂടുതലാണ്.

• വ്യായാമമില്ലായ്മയാണ് മറ്റൊരു പ്രധാന കാരണം.

ലക്ഷണങ്ങൾ

നെഞ്ചുവേദന, നെഞ്ചിൽ ഭാരം ഇരിക്കുന്നതുപോലെ തോന്നൽ, തോൾഭാഗത്തേക്കോ കഴുത്തിലേക്കോ കൈയിലേക്കോ വേദന പടരുന്ന അനുഭവം, വിയർപ്പ്, ഛർദ്ദി എന്നീ ലക്ഷണങ്ങൾ കണ്ടാൽ രോഗിയെ എത്രയും വേഗം ഡോക്ടറുടെ അടുത്ത് എത്തിക്കണം.

തടയാനുള്ള മാർഗ്ഗങ്ങൾ

- ആഹാരത്തിൽ കൊഴുപ്പിന്റെ അളവ് വളരെ കുറയ്ക്കണം.
- എണ്ണ, നെയ്യ്, ഡാൽഡ, വെണ്ണ എന്നിവയുടെ ഉപയോഗം നിയന്ത്രിക്കണം.
- വറുത്തതും പൊരിച്ചതുമായ ഭക്ഷണ സാധനങ്ങൾ, ബേക്കറി പലഹാരങ്ങൾ എന്നിവ കഴിയുന്നതും കുറയ്ക്കുക.
- ആഹാരത്തിൽ ഉപ്പിന്റെ അളവ് നിയന്ത്രിക്കുക.
- ഉപ്പേരി, പപ്പടം, അച്ചാറുകൾ എന്നിവ ഒഴിവാക്കുക.
- പഴങ്ങൾ, ഇലക്കറികൾ, പച്ചക്കറികൾ ഇവ ധാരാളമായി ആഹാരത്തിൽ ഉൾപ്പെടുത്തുക.
- പുകവലി പൂർണ്ണമായും ഒഴിവാക്കുക.
- വ്യായാമം പ്രോത്സാഹിപ്പിക്കണം. അരമണിക്കൂർ നല്ല വേഗത്തിൽ നടക്കുക.
- രക്താതി സമ്മർദ്ദവും പ്രമേഹവും ചികിത്സയെടുത്ത് നിയന്ത്രണവിധേയമാക്കണം.

11. ശ്വാസകോശ രോഗങ്ങൾ

ഇടവിട്ടുണ്ടാകുന്ന ശ്വാസതടസ്സവും ചുമയും പനിയുമാണ് ശ്വാസകോശ രോഗങ്ങളുടെ പ്രധാന ലക്ഷണങ്ങൾ. പുകവലിയും അന്തരീക്ഷ മലിനീകരണവും അലർജിയുമൊക്കെയാണ് ശ്വാസകോശ രോഗങ്ങളുടെ പ്രധാന കാരണങ്ങൾ. പുകവലിയെന്ന അപകടകരമായ ദുഃശീലംമൂലം ശ്വാസംമുട്ടൽ മുതൽ കാൻസർ, പക്ഷാഘാതം, ഹൃദ്രോഗം, പി വി ഡി, വൃക്കരോഗങ്ങൾ എന്നിവയ്ക്കും വഴിതെളിക്കുന്നു.

ചികിത്സ

ബുദ്ധിമുട്ടുകൾ കുറയ്ക്കാൻ സഹായിക്കുന്ന പലവിധം മരുന്നുകളുണ്ട്.

1. ഉള്ളിൽ കഴിക്കുന്ന ഗുളികകൾ.
2. പൊടിച്ചു മൂക്കിൽ വലിക്കേണ്ട ഗുളികകൾ

3. സ്പ്രേ ചെയ്തു വലിക്കാവുന്ന ഇൻഹേലറുകൾ
4. മെഷീനുപയോഗിച്ച് ആവിയാക്കി വലിക്കാവുന്ന മരുന്നുകൾ

കടുത്ത ശ്വാസം മുട്ടുള്ള രോഗികൾക്ക് വീട്ടിൽത്തന്നെ ഓക്സിജൻ ഉപയോഗിക്കേണ്ടി വരാറുണ്ട്. ഇത്തരം സാഹചര്യങ്ങളിൽ ശാരീരികാദ്ധ്വാനം പരമാവധി കുറയ്ക്കുക. കിടക്കയിൽ തന്നെ മലമൂത്ര വിസർജ്ജനത്തിനാവശ്യമായ സംവിധാനം ഏർപ്പെടുത്തുക.

12. വൃക്ക സംബന്ധമായ രോഗങ്ങൾ

ശരീര മാലിന്യങ്ങളെ ജലാംശത്തിൽ അലിയിച്ച് മൂത്രത്തിലൂടെ പുറത്തേക്ക് കളയാൻ സഹായിക്കുന്നത് വൃക്കകളാണ്. വൃക്കകളുടെ പ്രവർത്തനം തകരാറിലായാൽ മാലിന്യങ്ങളെല്ലാം രക്തത്തിൽ അടിയുകയും രോഗാവസ്ഥയുണ്ടാകുകയും ചെയ്യും. ജീവിതശൈലിയിലെ മാറ്റങ്ങളും മാറിയ ഭക്ഷണരീതികളും, രക്താതി സമ്മർദ്ദവും പ്രമേഹരോഗവുമൊക്കെയാണ് കാരണങ്ങൾ.

ലക്ഷണങ്ങൾ

ശരീരഭാഗങ്ങളിൽ നീര്, രക്താതി സമ്മർദ്ദം, ശ്വാസംമുട്ടൽ, കിതപ്പ്, കടുത്തക്ഷീണം, രക്തക്കുറവ് ഇവയാണ് പ്രാരംഭ ലക്ഷണങ്ങൾ.

ചികിത്സ

ആദ്യഘട്ടത്തിൽ മരുന്നുകൾ ഉപയോഗിച്ച് മേല്പറഞ്ഞ ബുദ്ധിമുട്ടുകളെ നിയന്ത്രിക്കാം. കാലക്രമത്തിൽ മരുന്നുകൾ ഫലപ്രദമല്ലാതാകുകയും യന്ത്രസഹായത്തോടെ രക്തശുദ്ധീകരണം (ഡയാലിസിസ്) നടത്തേണ്ടിയും വരും. ഇതൊരു ചെലവേറിയ ചികിത്സാരീതിയാണ്; ഒപ്പം വിലയേറിയ മരുന്നുകളും കഴിക്കേണ്ടിവരും. വൃക്ക മാറ്റിവയ്ക്കലാണ് മറ്റൊരു ചികിത്സ. ദാതാവിനെ കണ്ടെത്തലും ഭാരിച്ച ചെലവും കാരണം പലർക്കും ഇത് സാധിക്കാതെ വരുന്നു.

13. പി വി ഡി (പെരിഫെറൽ വാസ്കുലാർ ഡിസീസ്)

കൈകാലുകളിലെ രക്തക്കുഴലുകൾ അകംഭിത്തിയിൽ ഉണ്ടാക്കുന്ന വിള്ളലുകളിൽ രക്തകോശങ്ങളും കൊളസ്ട്രോളും മറ്റും അടിഞ്ഞ് ക്രമേണ രക്തക്കുഴലുകൾ അടഞ്ഞുണ്ടാകുന്ന അസുഖമാണിത്.

ലക്ഷണങ്ങൾ

1. കാലുകളെയാണ് കൂടുതലും ബാധിക്കുന്നത്. നടക്കുമ്പോൾ അല്ലെങ്കിൽ കയറ്റം കയറുമ്പോൾ ഉണ്ടാകുന്ന പേശിവേദനയാണ് ആദ്യലക്ഷണം. അല്പം വിശ്രമിക്കുമ്പോൾ വേദന കുറയും.

2. ക്രമേണ വിശ്രമസമയത്തും, പ്രത്യേകിച്ച് രാത്രിയിൽ കടുത്ത വേദനവരുകയും ചെയ്യുന്നു. അസുഖം ബാധിച്ച പേശികൾ മെലിയുകയും ബലക്ഷയം ഉണ്ടാവുകയും ചെയ്യുന്നു.

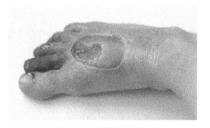

3. അസുഖം ബാധിച്ച കൈകാലുകളിൽ ഉണ്ടാകുന്ന മുറിവുകൾ ഉണങ്ങാൻ വൈകും.
4. കൈകാലുകൾക്ക് നിറവ്യത്യാസമുണ്ടാകുകയും നഖങ്ങൾ പൊടിഞ്ഞുപോകുകയും ചെയ്യുന്നു.

ശ്രദ്ധിക്കേണ്ട കാര്യങ്ങൾ

- രോഗത്തിന്റെ പ്രാരംഭദശയിൽതന്നെ പുകവലി നിർത്താൻ പ്രേരിപ്പിക്കുക.
- കടുത്ത വേദനയുള്ള രോഗികൾക്ക് വേദനസംഹാരി ഡോക്ടറുടെ നിർദ്ദേശ പ്രകാരം നല്കുക.
- രക്തയോട്ടം വർദ്ധിപ്പിക്കാനുള്ള മരുന്നുകളും ഡോക്ടറുടെ നിർദ്ദേശ പ്രകാരം നല്കുക.

14. സന്ധിരോഗങ്ങൾ

പ്രായം ചെല്ലുമ്പോൾ സന്ധികളിൽ എല്ല് തേയ്മാനം മൂലം വേദനയും നീർക്കെട്ടും വളരെ സാധാരണമാണ്. മദ്ധ്യവയസ്സു കഴിഞ്ഞ, പ്രത്യേകിച്ചും സ്ത്രീകളിലാണ് ഇത് കൂടുതലായി കാണുന്നത്. കാൽമുട്ട്, കണങ്കാൽ, ഇടുപ്പ് ഇവിടെയാണ് സാധാരണ വേദന കാണുന്നത്. ഇത്തരം രോഗികൾ ഡോക്ടറുടെ നിർദ്ദേശമില്ലാതെ വേദനസംഹാരികൾ ഉപയോഗിക്കാറുണ്ട്. ഇത് വയറ്റിൽ അൾസറിനും വൃക്കരോഗങ്ങൾക്കും കാരണമാകാറുണ്ട്.

15. അപസ്മാരരോഗങ്ങൾ

പെട്ടെന്നുണ്ടാകുന്ന ബോധക്ഷയം തുടർന്ന് കൈകാലുകൾ കോച്ചുകയും ഞെട്ടിവിറയ്ക്കുകയും ഇളക്കം ഉണ്ടാകുകയും ചെയ്യുന്നതാണ് അപസ്മാരം. വായിൽ നിന്ന് നുരയും പതയും ഉണ്ടാകും. നാവും ചുണ്ടും കടിച്ചുമുറിക്കുക തുടങ്ങിയവയാണ് ലക്ഷണങ്ങൾ.

തലച്ചോറിന്റെ തകരാറുകളാണ് അപസ്മാര കാരണങ്ങൾ. ഇത് ജന്മനായുള്ള തകരാറുമൂലമോ തലച്ചോറിന്റെ അണുബാധമൂലമോ ആകാം.

പക്ഷാഘാതം സംഭവിക്കുന്നവരിലും തലച്ചോറിൽ മുഴകളുള്ളവരിലും ബുദ്ധിമാന്ദ്യവും ജന്മവൈകല്യമുള്ളവരിലും അപസ്മാരം പ്രത്യക്ഷപ്പെ ടാറുണ്ട്. ഡോക്ടറുടെ മേൽനോട്ടത്തിൽ ചികിത്സയെടുത്ത് നിയന്ത്രണ വിധേയമാക്കേണ്ട ഒരു രോഗമാണിത്.

ലക്ഷണങ്ങൾ

1. ഡോക്ടറുടെ നിർദ്ദേശപ്രകാരം മാത്രം ചികിത്സയെടുക്കുക. മരുന്നു കൾ കൂട്ടാനോ കുറയ്ക്കാനോ പാടില്ല.

2. അപകടകരമായ സാഹചര്യങ്ങൾ, ജലാശയങ്ങളുടെയും തീയുടെയും സമീപത്തുകൂടി പോവുക, ഡ്രൈവിങ് ഉയരങ്ങളിലുള്ള ജോലി, അപ കടകരമായ യന്ത്രസാമഗ്രികൾ പ്രവർത്തിപ്പിക്കൽ ഇവ ഒഴിവാക്കുക.

3. ഉറക്കമിളയ്ക്കുന്നതും ശരീരം ക്ഷീണിപ്പിക്കുന്നതും ഒഴിവാക്കുക.

4. അപസ്മാരബാധയുണ്ടാകുമ്പോൾ രോഗിയെ പിടിച്ചുവയ്ക്കാതെ സ്വതന്ത്രനാക്കുക. രോഗി വീഴുന്നതിന് തൊട്ടടുത്തുള്ള മുറിവുണ്ടാ ക്കിയേക്കാവുന്ന വസ്തുക്കൾ മാറ്റുക.

5. രോഗി നാവു കടിച്ചുമുറിക്കാതിരിക്കാൻ നീളത്തിൽ ചുരുട്ടിയ തൂവാ ലയോ തടിക്കഷണമോ പല്ലുകൾക്കിടയിൽ കുറുകെ വയ്ക്കുക.

6. വായിൽനിന്ന് നുരയും പതയും വരുകയാണെങ്കിൽ രോഗിയെ ചരിച്ചു കിടത്തുക.

7. രോഗമുണ്ടാകുന്ന സമയത്ത് വെള്ളമോ ആഹാര സാധനങ്ങളോ കൊടുക്കരുത്.

8. അപസ്മാരത്തിനുശേഷം രോഗിയെ സ്വസ്ഥമായി വിശ്രമിക്കാൻ അനുവദിക്കുക.

16. എച്ച് ഐ വി/എയ്ഡ്സ്

എച്ച് ഐ വി എന്ന രോഗാണു ശരീരത്തിൽ പ്രവേശിച്ച് രക്തത്തിലെ രോഗ പ്രതിരോധകരായ വെളുത്ത രക്താണുക്കളെ ആക്രമിച്ച് ശരീര ത്തിന്റെ പ്രതിരോധ സംവിധാനം അപ്പാടെ നശിപ്പിക്കുന്നു. ശരീര സ്രവ ങ്ങളായ രക്തം, ശുക്ലം, യോനീസ്രവം എന്നിവയിലാണ് ഈ രോഗാണു ഉണ്ടായിരിക്കുക.

പകരുന്നവിധം

1. ശരീര സ്രവങ്ങൾ വഴി

2. എച്ച് ഐ വി ബാധിതയായ അമ്മയിൽ നിന്ന് കുട്ടിയിലേക്ക് ഗർഭാ വസ്ഥയിലോ പ്രസവ സമയത്തോ മുലപ്പാലിൽ കൂടിയോ

3. എച്ച് ഐ വി ബാധിത രക്തം സ്വീകരിക്കുന്നത് വഴി
4. അണുവിമുക്തമാക്കാത്ത കുത്തിവയ്പ് സൂചി, ശസ്ത്രക്രിയാ ഉപകരണങ്ങൾ വഴി
5. സൂചികൾ കൈമാറി ഉപയോഗിക്കുന്നതുവഴി
6. സുരക്ഷിതമല്ലാത്ത ലൈംഗികബന്ധം വഴി

ഒരുമിച്ച് താമസിക്കുന്നതിലൂടെയോ, അടുത്തിടപഴകുന്നതിലൂടെയോ, ചുമ, തുമ്മൽ എന്നിവ മൂലമോ ഒരുമിച്ച് ആഹാരം കഴിക്കുന്നത് മൂലമോ, പ്രാണികളുടെ കടിമൂലമോ ഈ അസുഖം പകരില്ല.

ശ്രദ്ധിക്കേണ്ട കാര്യങ്ങൾ

- ഈ രോഗാണു നിയന്ത്രിക്കാനുള്ള മരുന്ന് നിലവിലുണ്ട്. ഇത് കഴിക്കുന്നതുമൂലം രോഗപ്രതിരോധശേഷി വീണ്ടെടുക്കാം.
- രോഗ പ്രതിരോധശേഷി കുറവുള്ള രോഗികളായതിനാൽ അവരുടെ വീടും പരിസരവും വൃത്തിയാക്കി സൂക്ഷിക്കുക. വ്യക്തിശുചിത്വം പാലിക്കുക.
- വിസർജ്ജ്യവസ്തുക്കൾ, ശരീരദ്രവങ്ങൾ ഇവ കൈകാര്യം ചെയ്യുമ്പോൾ കൈയുറ ധരിക്കുക.
- രോഗിയുടെ ശരീരത്തിൽ മുറിവുകളോ വ്രണങ്ങളോ ഉണ്ടെങ്കിൽ ബാൻഡ് എയ്ഡോ തുണിയോ ഉപയോഗിച്ച് കെട്ടിവയ്ക്കുക.
- മുറിപ്പെടുത്താൻ സാദ്ധ്യതയുള്ള ഉപകരണങ്ങൾ പങ്കുവയ്ക്കാതിരിക്കുക. (ബ്ലേഡ്, സൂചികൾ)
- തുണികളോ ഉപകരണങ്ങളോ അണുവിമുക്തമാക്കാൻ ബ്ലീച്ചിങ് സൊലൂഷൻ (15 ഗ്രാം ബ്ലീച്ചിങ് പൗഡർ 1 ലിറ്റർ വെള്ളത്തിൽ) ഉപയോഗിക്കുക.

സാമൂഹിക പ്രശ്നങ്ങൾ

കുടുംബത്തിലെയും ജോലി സ്ഥലത്തുമുള്ള പ്രതികൂല സാഹചര്യങ്ങളും സമൂഹം പുലർത്തുന്ന അവജ്ഞാ മനോഭാവം കാരണം രോഗികൾ ഇതു പുറത്തു പറയാതിരിക്കുകയും തന്മൂലം മറ്റുള്ളവരിലേക്ക് പകരാനുള്ള സാദ്ധ്യത കൂടുകയും ചെയ്യും.

സമൂഹവും കുടുംബവും പിന്തുണയ്ക്കാതിരിക്കുക, ഒറ്റപ്പെടുത്തുക, മാതാപിതാക്കളുടെ രോഗം കാരണം കുഞ്ഞുങ്ങളുടെ പഠനം നിഷേധിക്കുക.

സാമൂഹ്യനിന്ദ കുറയ്ക്കാനുള്ള മാർഗ്ഗങ്ങൾ

- പ്രദേശത്തെ എച്ച് ഐ വി ബാധിതരുമായി അടുത്തിടപഴകുക.
- ചികിത്സ വിജയകരമായി കൊണ്ടുപോകുന്ന വ്യക്തികളെ ഉൾപ്പെ ടുത്തി അനുഭവങ്ങൾ പങ്കുവയ്ക്കൽ പരിശീലന പരിപാടി നടത്തുക.
- ആരോഗ്യ പ്രവർത്തകർ, സാമൂഹ്യ പ്രവർത്തകർ, എച്ച് ഐ വി ബാധിതരുടെ കുടുംബാംഗങ്ങൾ എന്നിവരെ ഉൾപ്പെടുത്തി ചികിത്സ യ്ക്കാവശ്യമായ സാമൂഹിക അന്തരീക്ഷം ഉണ്ടാക്കുക.
- എച്ച് ഐ വി പകരാനുള്ള മാർഗ്ഗങ്ങൾ, മുൻകരുതലുകൾ, എ ആർ ടി ചികിത്സ, അവർക്ക് ലഭിക്കാവുന്ന പിന്തുണ തുടങ്ങിയ കാര്യങ്ങ ളിൽ ജനങ്ങൾക്ക് ബോധവല്ക്കരണം നടത്തുക.

സർക്കാർ തല സേവന കേന്ദ്രങ്ങൾ

1. പുലരി

ലളിതവും സൗജന്യവുമായ ലൈംഗികരോഗ ചികിത്സ യഥാസമയം ലഭ്യമാക്കാനായി കേരള സർക്കാർ എയ്ഡ്സ് നിയന്ത്രണ പരിപാടിയുടെ ഭാഗമായി സംസ്ഥാനത്തൊട്ടാകെ പുലരി കേന്ദ്രങ്ങൾ ആരംഭിച്ചിട്ടുണ്ട്. ലൈംഗികാരോഗ്യമാണ് ഇതിന്റെ ലക്ഷ്യം.

2. ജ്യോതിസ്

ജ്യോതിസ് മെഡിക്കൽ കൗൺസലിങ് സെന്റർ: പബ്ലിക് ഹെൽത്ത് ലബോറട്ടറി, സർക്കാർ മെഡിക്കൽ കോളേജുകളിലെ മൈക്രോ ബയോ ളജി ഡിപ്പാർട്ട്മെന്റുകൾ, ജില്ലാ ആശുപത്രികൾ, താലൂക്ക് ആശുപത്രി കൾ എന്നിവിടങ്ങളിലാണ് ജ്യോതിസ് പ്രവർത്തിക്കുന്നത്.

സ്ത്രീകൾക്കും പുരുഷന്മാർക്കും പ്രത്യേക കൗൺസലിങ് നല്കിയ ശേഷം വ്യക്തിയുടെ അനുമതിയോടെ രക്തപരിശോധന നടത്തി രോഗാണു ബാധയുണ്ടെന്നു കണ്ടാൽ തുടർന്ന് കൗൺസലിങ് നടത്തി പോസിറ്റീവായി ചിന്തിക്കാനുള്ള കഴിവ് വളർത്തിയെടുക്കാൻ സഹായി ക്കുകയാണ് ഇതിന്റെ ധർമ്മം.

3. പ്രത്യാശ

എച്ച് ഐ വി അണുബാധിതർക്ക് കൗൺസലിങ് നല്കി ലക്ഷ്യ ബോധത്തോടെ ജീവിക്കാൻ പ്രാപ്തരാക്കുകയാണ് ഇതിന്റെ ലക്ഷ്യം. എല്ലാ ജില്ലയിലും കേന്ദ്രങ്ങളുണ്ട്. തൊഴിലധിഷ്ഠിത പരിശീലനം, രോഗ നിർണ്ണയ സേവനം, തുടർ ചികിത്സാ സഹായം എന്നിവയൊക്കെയാണ് ഇവിടെ നടക്കുന്നത്.

4. ഉഷസ്സ്

ജീവിതത്തിലേക്ക് പുതിയ വെളിച്ചം സംസ്ഥാനത്തെ 5 ഗവൺമെന്റ് മെഡിക്കൽ കോളേജിലും ജില്ലാ ആശുപത്രികളിലും എയ്ഡ്സ് രോഗികൾക്കുള്ള ചികിത്സാ സൗകര്യങ്ങൾ ലഭ്യമാക്കുന്നത് ഉഷസ്സ് വഴിയാണ്. ശരീരത്തിൽ പ്രവേശിക്കുന്ന വൈറസുകളുടെ പെരുകൽ തടയുന്ന സി ഡി കോശങ്ങളുടെ എണ്ണം മെച്ചപ്പെടുത്തുന്ന മരുന്നുകൾ ഈ സ്ഥാപനം വഴി സൗജന്യമായി നല്കുന്നു.

5. സ്നേഹ

സ്നേഹത്തിന്റെ തൂവൽ സ്പർശം ഗർഭിണികൾക്കാവശ്യമായ കൗൺസലിങ്ങും എച്ച് ഐ വി ടെസ്റ്റും, അണുബാധയുണ്ടെങ്കിൽ അത് കുഞ്ഞിലേക്ക് പകരാതിരിക്കാനുള്ള ചികിത്സയും നല്കുന്നത് സ്നേഹ വഴിയാണ്. അമ്മയ്ക്ക് അണുബാധയുണ്ടെങ്കിൽ മുലയൂട്ടൽ നിരുത്സാഹപ്പെടുത്തുകയും ജനനശേഷം കുഞ്ഞിനും മരുന്നു നല്കുകയും വേണം.

6. അവസരജന്യരോഗങ്ങൾ

പ്രത്യേകതരം ന്യുമോണിയ, മെനിഞ്ചൈറ്റിസ്, ഫംഗൽബാധ, പ്രത്യേകതരം കാൻസർ തുടങ്ങിയ അവസരജന്യരോഗങ്ങൾക്ക് എല്ലാ മെഡിക്കൽ കോളേജുകളിലും എല്ലാ ജില്ലാ ആശുപത്രികളിലും ചികിത്സ സൗജന്യമായി ലഭിക്കുന്നതാണ്.

ഭാഗം **II**

പരിചരണ സംവിധാനങ്ങൾ

രോഗം ഒരു ശാപമായി കാണരുത്. ചികിത്സയും പരിചരണവും ഓരോ വ്യക്തിയുടെയും അവകാശമാണ്. കിടപ്പുരോഗികൾ, മാറാരോ ഗികൾ എന്നിവരുടെ പരിചരണം പൊതുവേ അവഗണിക്കപ്പെടുന്ന ഒരു രീതിയാണ് കണ്ടുവരുന്നത്. മനുഷ്യജീവിതത്തിന്റെ ഏറ്റവും ദുർഘടമായ ഘട്ടമാണിത്. കഠിനമായ ദുരിതമനുഭവിക്കുന്ന ഇത്തരം ആളുകളുടെ പ്രശ്നങ്ങളിൽ ഇടപെട്ട് അവരുടെ ജീവിതം കുറച്ചുകൂടി മെച്ചപ്പെടുത്തുക എന്നതാണ് സാന്ത്വനപരിചരണം കൊണ്ടുദ്ദേശിക്കുന്നത്.

1. പാലിയേറ്റീവ് പരിചരണം

ചികിത്സ കൊണ്ട് ഭേദപ്പെടാൻ കഴിയാത്ത രോഗങ്ങളാൽ വിഷമമ നുഭവിക്കുന്ന രോഗികളുടെ സമ്പൂർണ്ണവും ക്രിയാത്മകവുമായ പരിചര ണരീതിയാണ് പാലിയേറ്റീവ് പരിചരണം. എല്ലാ ദീർഘകാല രോഗി കൾക്കും പാലിയേറ്റീവ് പരിചരണം ആവശ്യമാണെങ്കിലും ഭേദപ്പെടാനുള്ള ചികിത്സകൊണ്ട് കാര്യമായ പ്രയോജനം ലഭിക്കാത്ത അവസാനഘട്ടത്തി ലാണ് ഇത് കൂടുതൽ ആവശ്യമായി വരുന്നത്. രോഗിയും കുടുംബവും അനുഭവിക്കുന്ന ശാരീരിക മാനസിക പ്രയാസങ്ങൾ കഴിയുന്നത്ര കുറ യ്ക്കാനാണ് ശ്രമിക്കേണ്ടത്. അതുവഴി രോഗികളുടെ ശിഷ്ട ജീവിത ത്തിലെ പ്രയാസങ്ങൾ അകറ്റാനാകും.

തങ്ങളുടെ പ്രദേശത്തുള്ള മാറാരോഗികളെ പരിചരിക്കേണ്ടത് തങ്ങ ളുടെ ഉത്തരവാദിത്വമാണെന്ന സമൂഹത്തിന്റെ തിരിച്ചറിവാണ് പാലിയേ റ്റീവ് പരിചരണ പ്രസ്ഥാനങ്ങളുടെ വളർച്ചയ്ക്ക് കാരണം. എല്ലാ രോഗി

യുടേയും പ്രശ്നങ്ങൾ മനസ്സിലാക്കാനും, രോഗികളുടെ കുടുംബത്തിനോടു ചേർന്ന് പരിഹാരത്തിന് ശ്രമിക്കുകയുമാണ് നാം ചെയ്യേണ്ടത്.

രോഗീപരിചരണത്തിലും, രോഗികളോട് എങ്ങനെ പെരുമാറണം, കുടുംബാംഗങ്ങൾക്ക് എന്തൊക്കെ ഉപദേശങ്ങൾ നല്കണം എന്നൊക്കെയുള്ള കാര്യങ്ങളിൽ പരിശീലനം ലഭിച്ച സന്നദ്ധപ്രവർത്തകരാണ് പാലിയേറ്റീവ് പ്രവർത്തനത്തിന്റെ വിജയം. പക്ഷേ, പരിശീലനം ലഭിച്ചിട്ടില്ലാത്ത ആൾക്കാരും ബന്ധുക്കളും സുഹൃത്തുക്കളും സഹപ്രവർത്തകരുമൊക്കെ കിടപ്പുരോഗിയെ സന്ദർശിക്കാറുണ്ട്. രോഗികളോടും കുടുംബാംഗങ്ങളോടും എന്തു പറയണമെന്നറിയാത്തതുകൊണ്ടും തെറ്റിദ്ധാരണകൾ കൊണ്ടും അത്തരം സന്ദർശനങ്ങൾ പലപ്പോഴും ഉപകാരത്തിലേറെ ഉപദ്രവമായി മാറാറുണ്ട്. അതിനാൽ ഗുരുതരമായ മാറാരോഗം വന്നു കിടപ്പിലായ ഒരാളോട് ശ്രദ്ധിക്കേണ്ട കാര്യങ്ങൾ, ശയ്യാവ്രണം വരാതെ സൂക്ഷിക്കാൻ കുടുംബാംഗങ്ങൾക്ക് എന്തൊക്കെ കാര്യങ്ങൾ പറഞ്ഞുകൊടുക്കാം എന്നീ കാര്യങ്ങൾ മാത്രമായും ചില പരിശീലനങ്ങൾ നല്കുന്നുണ്ട്. പൗരന്റെ ആരോഗ്യം സർക്കാരിന്റെ ഉത്തരവാദിത്വമാണെന്നും സാന്ത്വന പരിചരണം ആവശ്യമുള്ള കേരളത്തിലെ രോഗികളുടെ കാര്യത്തിൽ ഈ ഉത്തരവാദിത്വം ജനകീയ പങ്കാളിത്തത്തോടെ നടത്താൻ സർക്കാർ പ്രതിജ്ഞാബദ്ധമാണെന്നും പ്രഖ്യാപിച്ചിട്ടുണ്ട്.

2. ഗൃഹകേന്ദ്രീകൃത പരിചരണം (ഹോം കെയർ)

ദുരിതമനുഭവിക്കുന്നവരെ കുടുംബാംഗങ്ങളുടെയും അയൽവാസികളുടെയും ആരോഗ്യ പ്രവർത്തകരുടെയും സഹായത്തോടെ വീട്ടിൽ വച്ചു പരിചരിക്കുക എന്നതാണ് ഹോം കെയർ കൊണ്ട് ഉദ്ദേശിക്കുന്നത്. വീട്ടിൽവച്ചുള്ള പരിചരണം ചെലവു കുറഞ്ഞതും രോഗിക്കും കുടുംബാംഗങ്ങൾക്കും സ്വസ്ഥമായ കുടുംബാന്തരീക്ഷത്തിൽ തന്നെ ആത്മവിശ്വാസത്തോടെ തുടരാനും കഴിയും.

രോഗിയുടെ കുടുംബം, ബന്ധുക്കൾ, സുഹൃത്തുക്കൾ, അയൽക്കാർ തുടങ്ങി രോഗിയുമായി ഇടപെടുന്ന ആൾക്കാർക്ക് രോഗിയെ സഹായിക്കാൻ കഴിയുന്ന രീതിയിൽ സാധാരണക്കാർക്ക് സാന്ത്വനപരിചരണത്തിൽ അറിവും പരിശീലനവും നല്കിയാൽ ഗൃഹകേന്ദ്രീകൃത പരിചരണം എളുപ്പമാകും. ഒരുകാലത്ത് ആരോഗ്യപ്രവർത്തകർക്ക് മാത്രമേ ഇടപെടാൻ കഴിയൂ എന്നു കരുതിയ ഈ മേഖലയിൽ സാധാരണക്കാരുടെ പങ്കാളിത്തം വളരെയേറെ സഹായകമായി.

ഗൃഹകേന്ദ്രീകൃത പരിചരണം ഒരു കൂട്ടായ പ്രവർത്തനം (ടീം വർക്ക്) ആണ്. ഇതിലെ ഘടകങ്ങൾ

1. രോഗി
2. കുടുംബം
3. സന്നദ്ധ പ്രവർത്തകർ
4. ആരോഗ്യസ്ഥാപനങ്ങൾ/ആരോഗ്യപ്രവർത്തകർ

രോഗി

രോഗികൾ തങ്ങളുടെ അസുഖത്തെക്കുറിച്ചും ലഭ്യമായ ചികിത്സ യെക്കുറിച്ചും അതിന്റെ പരിമിതികളെക്കുറിച്ചും ബോധവാന്മാരായിരി ക്കണം. അസുഖവും പരിമിതികളുമായി പൊരുത്തപ്പെടാനാവാത്ത രോഗിക്ക് ഒരു ചികിത്സയും തൃപ്തികരമാവുകയില്ല.

കുടുംബം

രോഗീ പരിചരണത്തിൽ പ്രധാന പങ്കുവഹിക്കുന്നത് കുടുംബാംഗ മാണ്. രോഗീ പരിചരണത്തിൽ ശ്രദ്ധവയ്ക്കുന്ന കുടുംബാംഗങ്ങൾക്ക് രോഗാവസ്ഥയും പരിചരണ രീതികളും മരുന്നുകൾ കൊടുക്കേണ്ട രീതി കളും മനസ്സിലാക്കിക്കൊടുക്കാൻ സാധിച്ചാൽ രോഗിക്ക് മെച്ചപ്പെട്ട പരി ചരണം ലഭിക്കും.

സന്നദ്ധ പ്രവർത്തകർ (അയൽക്കാർ, സുഹൃത്തുക്കൾ, സമൂഹം)

അയൽപക്ക ബന്ധങ്ങളും സുഹൃത് ബന്ധങ്ങളും രോഗീ ശുശ്രൂഷ യ്ക്കായി ഉപയോഗിക്കാം.

ആരോഗ്യസ്ഥാപനങ്ങൾ/ആരോഗ്യപ്രവർത്തകർ

ആരോഗ്യ പ്രവർത്തകരുടെയും സ്ഥാപനങ്ങളുടെയും പരിചരണം. സാന്ത്വന പരിചരണരംഗത്തും ഉപയോഗപ്പെടുത്താം.

3. സാന്ത്വനമേകാൻ അയൽക്കണ്ണികൾ

നമ്മുടെ നാട്ടിൽ കഷ്ടപ്പെടുന്ന ദീർഘകാല രോഗികൾക്ക് നല്ല പരി ചരണവും സംരക്ഷണവും നല്കാൻ അയൽപക്ക ബന്ധങ്ങൾ ദൃഢപ്പെ ടുത്തുകയും അവർക്ക് പരിശീലനം നല്കുകയും വേണ്ട സഹായം നല് കാൻ മെഡിക്കൽ നഴ്സിങ് മേഖലകളുടെ സഹായം പ്രയോജനപ്പെടു ത്തുകയും ചെയ്താൽ അവർ തന്നെ ഒറ്റക്കെട്ടായിനിന്ന് അവരുടെ പ്രദേ ശത്തെ സാന്ത്വന പരിചരണത്തിന്റെ ഉത്തരവാദിത്വം ഏറ്റെടുത്തോളും.

രോഗം മൂലം കിടപ്പിലായവർക്ക് പ്രാദേശികമായി തുടർ പരിചര

ണവും ശ്രദ്ധയും തുടർച്ചയായി ലഭ്യമാക്കാൻ കഴിഞ്ഞാലേ സാന്ത്വനപരിചരണം ശക്തമാകു.

കിടപ്പിലായ രോഗിയോ ആശ്രയമില്ലാത്തവരോ അഭയമന്ദിരങ്ങൾ തേടിപ്പോകാത്തവിധത്തിൽ പരിചരണം നല്കാനും ഇടപെടാനമാണ് 'സാന്ത്വനമേകാൻ അയൽക്കണ്ണികൾ' എന്ന പദ്ധതിക്ക് തുടക്കമിട്ടത്. തുടക്കമെന്ന നിലയിൽ നഗരസഭ, ഗ്രാമപഞ്ചായത്ത് തലത്തിൽ ഓരോ വാർഡുകളിലുമാണ് ആദ്യഘട്ട പദ്ധതി ആരംഭിക്കുന്നത്. വാർഡ് മെമ്പറുടെ നേതൃത്വത്തിൽ ആരോഗ്യപ്രവർത്തകർ, ആശ, അംഗൻവാടി പ്രവർത്തകർ, എ ഡി എസ് പ്രവർത്തകർ എന്നിവർക്ക് പരിശീലനം നല്കണം.

വാർഡ് മെമ്പറുടെ അദ്ധ്യക്ഷതയിൽ ചുമതലയുള്ള ആരോഗ്യപ്രവർത്തകർ, എ ഡി എസ് പ്രവർത്തകർ, ആശാ പ്രവർത്തകർ, വാർഡിലെ മുഴുവൻ കുടുംബശ്രീ യൂണിറ്റുകളുടെ പ്രസിഡന്റ്, സെക്രട്ടറി എന്നിവർ, കുടുംബ ആരോഗ്യ സന്നദ്ധ പ്രവർത്തകർ, രാഷ്ട്രീയപാർട്ടി പ്രതിനിധികൾ, ക്ലബ് പ്രതിനിധികൾ, വിദ്യാർത്ഥികൾ, കൂട്ടായ്മകൾ തുടങ്ങിയവരെ പങ്കെടുപ്പിച്ച് വാർഡ്തലത്തിൽ യോഗം ചേരണം. യോഗത്തിൽ ആരോഗ്യപ്രശ്നങ്ങൾ, ദീർഘകാലരോഗികൾ അനുഭവിക്കുന്ന പ്രയാസങ്ങൾ നിലവിലെ പാലിയേറ്റീവ് കെയർ പ്രവർത്തനങ്ങൾ, ആരോഗ്യസ്ഥാപനത്തിൽ ഇപ്പോൾ നടന്നുവരുന്ന പ്രവർത്തനങ്ങൾ, സാന്ത്വന പദ്ധതികളുടെ വിശദീകരണം, തുടർ പ്രവർത്തനങ്ങളുടെ ആസൂത്രണം, കുടുംബ ആരോഗ്യ വിവരങ്ങൾ ശേഖരിക്കുന്നത് സംബന്ധിച്ച ഫോം പരിചയപ്പെടുത്തൽ ഇവ ചർച്ച ചെയ്യാം. ജില്ലാതലത്തിൽ തെരഞ്ഞെടുത്ത വാർഡ് പ്രതിനിധികൾക്കുള്ള പരിശീലനം, വാർഡ്തലയോഗങ്ങൾ, വാർഡ്തല ആരോഗ്യ വിവരശേഖരണം എന്നിവയുടെ അവലോകനം എല്ലാ മാസവും നടത്താം. പരിശീലന പരിപാടികൾ മുഴുവൻ വാർഡുകളിലേക്കും ജില്ലകളിലേക്കും വ്യാപിപ്പിക്കാം.

സാന്ത്വന ചികിത്സയും വയോജന പരിചരണവും ആർദ്രം പദ്ധതിയുടെ ഭാഗമായിട്ടുള്ള നേട്ടങ്ങൾ ആണ്. ആർദ്രം ദൗത്യം അനുഭവവേദ്യമാക്കുന്നതിന് നിരവധി പരിശീലന പരിപാടികളും പുനരധിവാസ സേവനങ്ങളും കൂടുതൽ പുനരധിവാസ കേന്ദ്രങ്ങളും നിലവിൽ വരും.

പാലിയേറ്റീവ് പ്രവർത്തനത്തിന്റെ പ്രയോജനം വിലയിരുത്തേണ്ടത് ആ പ്രദേശത്തെ ജനങ്ങൾ തന്നെയാണ്. പഞ്ചായത്ത് അംഗങ്ങൾ, ആരോഗ്യപ്രവർത്തകർ, അംഗൻവാടി, ആശാപ്രവർത്തകർ, രാഷ്ട്രീയ സന്നദ്ധ സാമൂഹികപ്രവർത്തകർ, വിദ്യാർത്ഥികൾ, തൊഴിലാളികൾ, കൂലിപ്പണിക്കാർ തുടങ്ങിയ ആ പ്രദേശത്തെ ജനങ്ങൾക്ക് മാത്രമേ ആർക്കൊക്കെ

യാണ് പരിചരണം വേണ്ടതെന്നും എത്രപേർക്ക് പരിചരണം കിട്ടുന്നു എന്നും, ഇനി എത്രപേർക്ക് കൂടി കിട്ടാനുണ്ടെന്നും കണ്ടെത്താനാകു. രോഗികളെ കണ്ടെത്തുന്നതും അവരുടെ വീടുകൾ സന്ദർശിച്ച് പ്രയാസ ങ്ങൾ മനസ്സിലാക്കുന്നതും അതിനാവശ്യമായ പരിചരണങ്ങളും പരിഹാ രങ്ങളും എത്തിക്കുന്നതും ആ പ്രദേശത്തെ കൂട്ടായ്മകൾ തന്നെ ആകു ന്നതാണ് ഉത്തമം.

ഭാഗം **III**

രോഗികളുടെ പ്രശ്നങ്ങൾ
വിശകലനവും പരിചരണവും

1. ദീർഘകാല രോഗികളുടെ ആരോഗ്യപ്രശ്നങ്ങൾ

ജീവിതാന്ത്യത്തെ അനിവാര്യമായ യാഥാർത്ഥ്യവുമായി മുഖാമുഖം കണ്ടുകൊണ്ടിരിക്കുന്ന രോഗികളിൽ അധികം ആൾക്കാർക്കും ആശുപ ത്രിയുടെ അലോസരപ്പെടുത്തുന്ന ചുറ്റുപാടിൽനിന്നും തീവ്രപരിചരണ മുറിയുടെ അപരിചിതത്വത്തിൽനിന്നും, ഏകാന്തതയിൽനിന്നും, അനാ വശ്യമെന്ന് തോന്നിപ്പിക്കുന്ന നിയന്ത്രണങ്ങളിൽനിന്നും വീട്ടിലെ ചിരപ രിചിതമായ അന്തരീക്ഷത്തിൽ ഏറ്റവും വേണ്ടപ്പെട്ടവരുടെ സ്നേഹ ത്തിലും പരിചരണത്തിലും കരുതലിലും അന്ത്യനാളുകൾ ചെലവഴിക്കാ നാകും ആഗ്രഹിക്കുക. അതിഗുരുതരമായി രോഗം ബാധിച്ച മരണാസ ന്നരായി കിടക്കുന്നവരുടെ ജീവിതാന്ത്യ പരിചരണം പലപ്പോഴും വേണ്ടത് സ്വന്തം ഗൃഹത്തിലെ അന്തരീക്ഷത്തിൽ യാതന കുറയ്ക്കുന്ന രീതിയി ലാകണം എന്ന ആശയം നാട്ടിൽ ശക്തി പ്രാപിക്കുന്നുണ്ട്. ജീവിതത്തിന്റെ നെട്ടോട്ടത്തിൽ തളർന്നു വീണ് ഇനിയെന്ത് എന്ത് ചിന്തിക്കാനുള്ള മന ശ്ശക്തി പോലുമില്ലാതെ കഴിയുന്നവരെ എല്ലാ വ്യഥകളിൽ നിന്നും നമുക്ക് പരിചരിക്കാം, കൂട്ടായ പ്രയത്നത്തിലൂടെ വേദനയില്ലാത്ത മുറിവുകളും, അങ്കലാപ്പില്ലാത്ത മരണവും ശാന്തമായ മനസ്സും ആശംസിക്കാം.

വേദന

വ്യക്തിയുടെ ജീവിതരീതികളെയും പെരുമാറ്റത്തെയും പോലും വേദന ബാധിക്കും. വേദനയുടെ കാഠിന്യം അളക്കാൻ കഴിയില്ല. വേദന യുടെ ദൈർഘ്യവും തരവും അതോടൊപ്പമുള്ള ബുദ്ധിമുട്ടുകളും ചോദിച്ചു

മനസ്സിലാക്കാം. വേദനയ്ക്കുള്ള മരുന്നുകൾ കഴിക്കുന്നുണ്ടോയെന്ന് ശ്രദ്ധിക്കാം. സ്നേഹവും സഹാനുഭൂതിയും സഹായത്തിന് ആളുണ്ടെന്ന വിശ്വാസവും മരുന്നിനോടൊപ്പം തന്നെ വേദനിക്കുന്ന രോഗിക്ക് ആശ്വാസം പകരും.

ഛർദ്ദി

കാൻസർ പോലുള്ള അസുഖങ്ങളിൽ അന്നനാളത്തിനും കുടലിലുമുണ്ടാക്കുന്ന തടസ്സങ്ങൾ. ചികിത്സയ്ക്ക് ഉപയോഗിക്കുന്ന കീമോതൊറാപ്പി മരുന്നുകൾ എന്നിവയാണ് മനംപിരട്ടലിനും ഛർദ്ദിക്കും കാരണങ്ങൾ.

ശ്രദ്ധിക്കേണ്ട കാര്യങ്ങൾ

മനംപിരട്ടൽ ഉണ്ടാക്കുന്ന ഗന്ധങ്ങൾ ഒഴിവാക്കുക.

ഒരേ ഭക്ഷണം കൊടുക്കാതിരിക്കുക.

ഇരുത്തി ഭക്ഷണം കൊടുക്കുക. കഴിച്ച ഉടനെ കിടത്തരുത്.

താല്പര്യമുള്ള ഭക്ഷണം കൊടുക്കുക, കുറഞ്ഞ അളവിൽ ഇടയ്ക്കിടെ ഭക്ഷണം കൊടുക്കുക.

കുറേശ്ശെയായി (അരമണിക്കൂർ ഇടവിട്ട് 1/4 - 1/2 ഗ്ലാസ്) ധാരാളം പാനീയങ്ങൾ നല്കുക. ഉപ്പിട്ട കഞ്ഞിവെള്ളം, ഇളനീർ, ഒ ആർ എസ് എന്നിവ നല്കാം.

മലബന്ധം

ഭക്ഷണം കഴിക്കുന്നതും വെള്ളം കുടിക്കുന്നതു കുറയുന്നതും, ഭക്ഷണത്തിൽ നാരുകൾ കുറയുന്നതും, വ്യായാമക്കുറവും മലബന്ധമുണ്ടാക്കും.

വയറിളക്കം

സാധാരണയിൽ കൂടുതൽ തവണ ജലാംശത്തോടുകൂടി മലം വിസർജ്ജിക്കുന്നതാണ് വയറിളക്കം.

കാരണങ്ങൾ

ഭക്ഷ്യവിഷബാധ, പഴകിയ ഭക്ഷണം, മലബന്ധം നീക്കാനുള്ള മരുന്നുകളുടെ അധിക ഉപയോഗം, പഴകിയ മലം കെട്ടിനില്ക്കൽ.

ശ്രദ്ധിക്കേണ്ട കാര്യങ്ങൾ

ക്ഷീണിതനാണെങ്കിൽ കിടക്കയിൽ തന്നെ വിസർജ്ജന സൗകര്യം

ഉണ്ടാക്കുക. ധാരാളം വെള്ളം കുടിക്കാൻ കൊടുക്കുക. (ഉപ്പിട്ട കഞ്ഞി വെള്ളം, ഇളനീർ, ഒ ആർ എസ്)

ശ്വാസംമുട്ടൽ

കാൻസർ, ശ്വാസകോശ രോഗങ്ങൾ, ഹൃദയസംബന്ധമായ രോഗ ങ്ങൾ, വൃക്കരോഗങ്ങൾ തുടങ്ങി പലതിലും ശ്വാസംമുട്ടൽ കാണാം.

ശ്രദ്ധിക്കേണ്ട കാര്യങ്ങൾ

നല്ലതുപോലെ കാറ്റും വെളിച്ചവും കിട്ടുന്ന മുറിയിൽ കിടത്തുക.
ഫാനിടുകയോ വീശുകയോ ചെയ്യുക.
ഇറുകിയ വസ്ത്രങ്ങൾ അയച്ചുകൊടുക്കുക.
രോഗിക്ക് ആശ്വാസം കിട്ടുന്ന രീതിയിൽ ഇരുത്തുകയോ കിടത്തു കയോ ചെയ്യുക.
ആളുകൾ രോഗിയുടെ മുറിയിൽ കൂട്ടംകൂടി നില്ക്കുന്നത് ഒഴിവാ ക്കുക.

2. ദീർഘകാല രോഗികളുടെ മാനസികപ്രശ്നങ്ങൾ

ശാരീരികമായ ഏത് രോഗങ്ങളും അത് അനുഭവിക്കുന്നവർക്കും കുടുംബത്തിനും മനോവിഷമമുണ്ടാക്കും. ദീർഘകാല രോഗങ്ങളുള്ള വർക്ക് അസുഖവുമായി ബന്ധപ്പെട്ട വേവലാതികളും ഭാവിയെക്കുറിച്ചുള്ള ഉൽക്കണ്ഠകളും സാമ്പത്തിക പ്രശ്നങ്ങളും ഒറ്റപ്പെടലും കുടുംബത്തിന്റെ ഭാവിയെക്കുറിച്ചുള്ള ഭയവുമെല്ലാം ചേർന്ന് സങ്കീർണ്ണമായ മാനസിക പ്രശ്നങ്ങൾ ഉണ്ടാക്കുന്നു.

രോഗിയുമായി സംസാരിക്കുമ്പോൾ

ഫലപ്രദമായ ആശയവിനിമയം മരുന്നിനേക്കാൾ രോഗിക്ക് ആശ്വാസം പകരാറുണ്ട് എന്നത് ഒരു വസ്തുതയാണ്. താൻ ഈ ലോക ത്തിന് വേണ്ടപ്പെട്ടവനാണെന്നും അന്തസ്സും വിലയുമുള്ളവനാണെന്നും എന്ത് വന്നാലും ഉപേക്ഷിക്കപ്പെടുകയില്ലെന്നുമുള്ള തോന്നലാണ് രോഗി യിൽ ഉളവാക്കേണ്ടത്. ഇത് വാക്കുകൾ കൊണ്ട് മാത്രം കൈമാറാവുന്ന സന്ദേശമല്ല. സാമീപ്യം, സ്പർശനം, ശരീരഭാഷ ഇവയെല്ലാം പ്രധാന മാണ്. നമ്മുടെ അഭിപ്രായങ്ങൾ രോഗിക്ക് കേൾപ്പിക്കാനോ അടിച്ചേല്പി ക്കാനോ പാടില്ല. പകരം രോഗിക്ക് പറയാനുള്ളത് പൂർണ്ണമായി കേൾ ക്കാനും മനസ്സിലാക്കാനുമാണ് ശ്രമിക്കേണ്ടത്.

ശ്രദ്ധിക്കേണ്ട കാര്യങ്ങൾ

- ശ്രദ്ധയോടെ കേൾക്കുക.
- രോഗിയുടെ പ്രശ്നങ്ങൾ ലഘൂകരിച്ച് കാണാതിരിക്കുക.
- സ്വന്തം വിശ്വാസങ്ങൾ രോഗിയുടെമേൽ അടിച്ചേല്പിക്കരുത്.
- രോഗിയുടെ ചോദ്യങ്ങൾ അവഗണിക്കരുത്.
- നിറവേറ്റാനാകാത്ത വാഗ്ദാനങ്ങൾ നല്കരുത്.
- സ്വകാര്യത ഉറപ്പുവരുത്തുക.
- രോഗിയെ സംസാരിക്കാൻ പ്രേരിപ്പിക്കുക. പക്ഷേ, നിർബ്ബന്ധിക്കരുത്.

3. കിടപ്പിലായ രോഗികളുടെ അടിസ്ഥാന പരിചരണ രീതികൾ

രോഗിയുടെ ദിനകൃത്യങ്ങൾ കഴിയുന്നതും മുടങ്ങാതെ നോക്കേണ്ട താണ്. ഇതിന് വീട്ടുകാരെ പരിശീലിപ്പിക്കുകയും പ്രോത്സാഹിപ്പിക്കുകയും ചെയ്യുക.

കുളി

രോഗിയെ ദിവസവും കുളിപ്പിക്കുകയോ തുണി നനച്ചു തുടയ്ക്കു കയോ ചെയ്യുക.

തീർത്തും കിടപ്പിലായ രോഗിയെ ഒരു റബ്ബർ/പ്ലാസ്റ്റിക്ക് ഷീറ്റിൽ കിട ത്തിയശേഷം ഇളം ചൂടുവെള്ളത്തിൽ മുക്കിയ തുണിയിൽ സോപ്പു പുരട്ടി ദേഹം മുഴുവൻ തുടയ്ക്കുക. തുടർന്ന് സോപ്പ് പതപ്പിക്കുക, കക്ഷങ്ങൾ, കഴുത്ത്, തുടയിടുക്ക് തുടങ്ങി വിയർപ്പ് കെട്ടിനില്ക്കുന്ന ഭാഗങ്ങൾ പ്രത്യേകം ശ്രദ്ധിക്കണം. ശുദ്ധജലം കൊണ്ട് ഒന്ന് രണ്ട് തവണ പൂർണ്ണ മായി തുടച്ചശേഷം ഉണങ്ങിയ തോർത്ത് കൊണ്ട് ഒപ്പിയെടുക്കുക.

ചർമ്മ പരിചരണം

കിടപ്പിലായ രോഗിക്ക് ശയ്യാവ്രണം വരുന്നത് ഒഴിവാക്കാൻ ഇടക്കി ടയ്ക്ക് വശങ്ങളിലേക്ക് ചരിച്ചും മലർത്തിയും മാറ്റി കിടത്തണം. (നാല് മണിക്കൂറിൽ കൂടുതൽ ഒരേ അവസ്ഥയിൽ കിടത്തരുത്.) ഒരു തവണ ചരിച്ചു കിടത്തുമ്പോൾ അതുവരെ അമർന്നിരുന്ന ശരീരഭാഗങ്ങൾ തൊലി അനങ്ങുന്ന രീതിയിൽ തടവണം. ഇത് തൊലിയിലേക്കുള്ള രക്തയോട്ടം കൂട്ടും.

മലമൂത്ര വിസർജ്ജനത്തിനുശേഷം ഗുഹ്യഭാഗങ്ങൾ വെള്ളം ഉപ യോഗിച്ച് ശരിക്കും കഴുകി തുടച്ച് വൃത്തിയാക്കുക. തൊലിയിൽ കട്ടകെട്ടി നില്ക്കുന്ന രൂപത്തിൽ പൗഡർ ഇടുന്നത് നല്ലതല്ല.

വായ വൃത്തിയാക്കൽ

കിടപ്പിലായ രോഗികളുടെ വായ ദിവസേന വൃത്തിയാക്കുന്നത് വായ് നാറ്റം, അരുചി, അണുബാധ ഇവ തടയാനാവശ്യമാണ്. സാദ്ധ്യമെങ്കിൽ സ്വയം ചെയ്യാൻ പ്രേരിപ്പിക്കുക. ഇല്ലെങ്കിൽ മറ്റാരെങ്കിലും ചെയ്തുകൊടുക്കുക. മൃദുവായ ബ്രഷ് ഉപയോഗിക്കുകയോ, കൈ വിരലിലോ, കോലിലോ തുണിചുറ്റിയും വൃത്തിയാക്കാം.

ഉപയോഗിക്കാവുന്ന മിശ്രിതങ്ങൾ

ഒരു കപ്പുവെള്ളത്തിൽ 2 സ്പൂൺ ചെറുനാരങ്ങാനീര് ചേർത്ത് ഉപ്പും അപ്പക്കാരവും ചേർന്ന മിശ്രിതം, ടൂത്ത് പേസ്റ്റ് ആര്യവേപ്പിലയിട്ട് വെള്ളം തിളപ്പിച്ചത്. (അബോധാവസ്ഥയിലുള്ള രോഗിയുടെ വായിൽ വിരലിട്ട് വൃത്തിയാക്കാൻ ശ്രമിക്കരുത്.)

പൊതുശുചിത്വം

തലമുടി ദിവസേന ചീകുകയും ആഴ്ചയിൽ രണ്ടുതവണയെങ്കിലും സോപ്പോ ഷാമ്പൂവോ ഉപയോഗിച്ച് കഴുകുകയും ചെയ്യുക. നഖം വെട്ടി ചെറുതാക്കുക.

ചർമ്മം ഉണങ്ങി പൊട്ടുന്നത് തടയാൻ വെളിച്ചെണ്ണ പുരട്ടുക.

അബോധാവസ്ഥയിലുള്ള രോഗികളിൽ മുഖവും കണ്ണുകളും മൂക്കിന്റെ ഉൾഭാഗവും ദിവസേന തുടയ്ക്കണം.

കണ്ണുകൾ നനഞ്ഞ പഞ്ഞികൊണ്ട് മൂക്കിന്റെ ഭാഗത്തുനിന്നും പുറത്തേക്ക് തുടച്ച് പീളയും പൊറ്റയും മാറ്റുക.

ദീർഘകാല മുറിവുകൾ

പല കാരണങ്ങളാലും ഇത്തരം മുറിവുകൾ ഉണ്ടാകാം. കാൻസർ രോഗം മൂലമുണ്ടാകുന്ന മുറിവുകൾ, കാലിലെ രക്തക്കുഴലുകൾ വീർത്തിരിക്കുന്ന രോഗികളിൽ നീരു കെട്ടിയ ഭാഗത്ത് വരുന്ന വ്രണങ്ങൾ, പ്രമേഹ രോഗം മൂലമുണ്ടാകുന്ന വ്രണങ്ങൾ, ചർമ്മ രോഗമുറിവുകൾ, ശയ്യാവ്രണങ്ങൾ.

പരിചരണം

മുറിവുകൾ വൃത്തിയായി സൂക്ഷിക്കുക. ദുർഗ്ഗന്ധം തടയുക. മുറിവിൽ ഈച്ച വന്നിരിക്കുന്നത് തടയുക. പഴുപ്പും നീരും ഒലിച്ചിറങ്ങുന്നത് തടയുക.

ദീർഘകാലരോഗങ്ങൾ മുറിവുകൾ കഴുകി വൃത്തിയാക്കുന്നതിന്

അനുയോജ്യം ഉപ്പുവെള്ളമാണ്. മൂന്നു വിരൽകൂടിയുള്ള ഒരു നുള്ള് ഉപ്പ് ഒരു ഗ്ലാസ് വെള്ളത്തിൽ (ഒരു ടീസ്പൂൺ ഒരു ലിറ്റർ വെള്ളത്തിൽ) ചേർത്ത് ഉണ്ടാക്കുന്ന ലായനി തിളപ്പിച്ച് തണുപ്പിക്കുക. ഇതിൽ പഞ്ഞിയോ വൃത്തിയുള്ള തുണിയോ മുക്കി മുറിവ് തുടച്ചെടുക്കുക ശേഷം നിർദ്ദേശിച്ചിട്ടുള്ള മരുന്ന് മുറിവിലിട്ട് കെട്ടിവയ്ക്കുക.

മൂത്രട്യൂബ് (കത്തീറ്റർ)
ശ്രദ്ധിക്കേണ്ട കാര്യങ്ങൾ

1. മൂത്രട്യൂബ് അമിതമായി വലിയാൻ ഇടയാകരുത്.

2. മൂത്രം ശേഖരിക്കുന്ന ബാഗ് രോഗികിടക്കുന്ന ലെവലിന് താഴെ തൂക്കിയിടണം. അല്ലാത്തപക്ഷം മൂത്രസഞ്ചി ശരിക്ക് ഒഴിഞ്ഞുപോകുകയില്ല മാത്രമല്ല ബാഗിൽനിന്നും രോഗാണുക്കളടങ്ങിയ മൂത്രം മൂത്രസഞ്ചിയിലേക്ക് തിരിച്ചു ഒഴുകുകയും അണുബാധയുണ്ടാകുകയും ചെയ്യും.

3. മൂത്രബാഗ് പകുതിയിൽ കൂടുതൽ നിറയുന്നതിന് മുമ്പ് മൂത്രം ഒഴിവാക്കുക. അല്ലെങ്കിൽ ബാഗ് കേടുവരും.

4. മൂത്രദ്വാരത്തിന് സമീപം (പ്രത്യേകിച്ച് സ്ത്രീകളിൽ യോനിയുടെ ഉൾഭാഗവും ഗുഹ്യഭാഗവും) എന്നും കഴുകി വൃത്തിയാക്കിയില്ലെങ്കിൽ അണുബാധയുണ്ടാകും. സോപ്പും വെള്ളവും ഉപയോഗിച്ച് കഴുകി കോട്ടൺ തുണികൊണ്ട് നനവ് ഒപ്പി എടുക്കുക.

5. കത്തീറ്റർ കൈകൊണ്ട് തൊടുന്നതിനുമുമ്പും ശേഷവും കൈ നന്നായി സോപ്പും വെള്ളവും ഉപയോഗിച്ച് കഴുകുക.

6. മാസത്തിലൊരിക്കൽ കത്തീറ്റർ മാറ്റണം. കത്തീറ്റർ അടവുതോന്നിയാലോ, കത്തീറ്ററിൽ കൂടിയല്ലാതെ മൂത്രം പോയാലോ, നാളിയിലൂടെ ഒലിച്ചു പോയാലോ കത്തീറ്റർ മാറ്റണം.

7. ധാരാളം വെള്ളം കുടിക്കുന്നത് അണുബാധ ഒഴിവാക്കാൻ സഹായിക്കും.

8. മൂത്രട്യൂബ് ഇട്ട് നടക്കേണ്ടി വന്നാൽ ബാഗ് അരയിൽ കെട്ടിവയ്ക്കാം.

9. ആവശ്യമെങ്കിൽ കുടിക്കുന്ന വെള്ളത്തിന്റെ അളവും, എടുക്കുന്ന മൂത്രത്തിന്റെ അളവും ദിവസവും രേഖപ്പെടുത്തി വയ്ക്കാം. വൃക്ക സംബന്ധമായ അസുഖമുള്ളവരിൽ ഇത് ആവശ്യമായി വരും.

10. മൂത്ര ട്യൂബിൽ അടവുണ്ടെന്ന് തോന്നിയാൽ പുറത്തു കാണുന്ന മൂത്ര ട്യൂബിൽ ഞരടി നോക്കാം. ചെറിയ അടവാണെങ്കിൽ മാറിക്കിട്ടും.

11. ആഴ്ചയിലൊരിക്കലെങ്കിലും മൂത്രബാഗ് മാറ്റുന്നത് അണുബാധ കുറയ്ക്കും.

12. പനി, കുളിര്, വിറയൽ ഇവ അണുബാധയുടെ ലക്ഷണങ്ങളാണ്. ഡോക്ടറെ സമീപിക്കണം.

മൂക്കിലൂടെയുള്ള ഭക്ഷണട്യൂബ്
ശ്രദ്ധിക്കേണ്ട കാര്യങ്ങൾ

1. ട്യൂബ് ഊരിപ്പോകാത്തവിധം മൂക്കിൽ ഒട്ടിച്ചുവയ്ക്കുക.
2. ദ്രവരൂപത്തിലുള്ള ഭക്ഷണം മാത്രമേ കൊടുക്കാവൂ. കൊടുക്കുന്നതിന് മുമ്പ് അരിപ്പയിലൂടെ അരിച്ചെടുക്കുവാൻ മറക്കരുത്.
3. കൊടുക്കുന്നതിന് മുമ്പ് ചൂടു പരിശോധിക്കുക.
4. കൊടുക്കുമ്പോൾ ഇടമുറിയാതെ ഒറ്റ ഒഴുക്കിൽ കൊടുക്കുക അല്ലെങ്കിൽ വയറിൽ ഗ്യാസ് നിറയും.
5. ഒരു തവണ പരമാവധി രണ്ട് ഗ്ലാസിൽ കൂടുതൽ വെള്ളം കൊടുക്കരുത്.
6. രോഗിയുടെ ദേഹത്തും കട്ടിലിലും കൊടുക്കുന്ന ദ്രാവകം വീഴാത്ത രീതിയിൽ അകറ്റിപ്പിടിക്കണം.
7. ആഹാരം കൊടുത്തശേഷം ട്യൂബിൽ ശുദ്ധജലം ഒഴിച്ചുകൊടുക്കുക. അപ്പോൾ ട്യൂബിന്റെ ഉൾവശം വൃത്തിയാകും.
8. ആഹാരം നല്കുന്ന സമയത്ത് ഒഴികെ ട്യൂബ് അടച്ചു വയ്ക്കണം.

ശയ്യാവ്രണം (കിടക്കപ്പുണ്ണ്)
കാരണങ്ങൾ

1. കൂടുതൽ നേരം ഒരേ അവസ്ഥയിൽ കിടക്കുകയോ ഇരിക്കുകയോ ചെയ്യുമ്പോൾ ശരീരകോശങ്ങൾക്കുള്ളിൽ ഉണ്ടാകുന്ന സമ്മർദ്ദം കാരണം ആ ഭാഗത്തേക്കുള്ള രക്തയോട്ടം കുറയുകയും കോശങ്ങൾക്ക് ക്ഷതം സംഭവിച്ച് വ്രണമായി തീരുകയും ചെയ്താണ് ശയ്യാവ്രണം ഉണ്ടാകുന്നത്.
2. തൊലിയിലെ വലിച്ചിൽ തൊലി യഥാസ്ഥാനത്തു നീങ്ങി മുറിവുണ്ടാക്കാനിടയാകും.
3. ശരീര ഭാഗങ്ങളിൽ ഉണ്ടാകുന്ന ഉരസൽ ഉദാ: ഷീറ്റുകൾ വലിച്ചെടുക്കുമ്പോൾ ഉണ്ടാകുന്നതോ രോഗിയെ വലിച്ചു നീക്കുമ്പോൾ ഉണ്ടാകുന്നതോ
4. ചലനശേഷി ഇല്ലാത്ത അവസ്ഥയിൽ സ്പർശനശേഷിയും കുറവായിരിക്കും. അപ്പോൾ എല്ലുകളോട് ചേർന്ന ഭാഗങ്ങളിൽ മർദ്ദം കൂടുതൽ അനുഭവപ്പെടുന്നു.

5. ശരീരഭാരം കുറയുക, തൊലിക്കടിയിലെ കൊഴുപ്പിന്റെ അംശം കുറ
യുക, പേശികൾക്ക് ക്ഷയം സംഭവിക്കുക, ശരീരത്തിൽ ജലാംശം
കുറയുക. ഇവയും ശയ്യാവ്രണം ഉണ്ടാക്കും.

6. പ്രായം കൂടുന്നതനുസരിച്ച് തൊലിയുടെ ആരോഗ്യം കുറയുന്നതി
നാൽ ശയ്യാവ്രണം ഉണ്ടാകാനുള്ള സാധ്യത കൂടും.

7. ദീർഘ നേരം നനവു തട്ടുന്നതും, പനി മൂലമുള്ള വിയർപ്പും ത്വക്കിന്റെ
മിനുസം നഷ്ടപ്പെടുത്തി ശയ്യാവ്രണമുണ്ടാകാൻ കാരണമാകും.

8. വൃത്തിഹീനമായ സാഹചര്യം, ദേഹത്തെ നീര്, സ്റ്റീറോയ്ഡ്
പോലുള്ള ചില മരുന്നുകൾ, അന്തരീക്ഷ ഊഷ്മാവിലെ വ്യത്യാസ
ങ്ങൾ തുടങ്ങിയവയും ശയ്യാവ്രണത്തിന് കാരണമാകും.

ശ്രദ്ധിക്കേണ്ട കാര്യങ്ങൾ

1. ശരീരത്തിലൊരിടത്തും മർദ്ദം അനുഭവപ്പെടാതെ നോക്കുക. ഓരോ
രണ്ടു മണിക്കൂറിലും രോഗിയെ തിരിച്ചും മറിച്ചും കിടത്തുക. ഓരോ
തവണയും തൊലിയുടെ അവസ്ഥ പരിശോധിക്കുക. രക്ത ഓട്ടം
കൂട്ടുന്നതിനായി അമർന്നിരിക്കുന്ന ഭാഗങ്ങൾ (എല്ലിനു മുകളിൽ
വരുന്ന) വൃത്താകൃതിയിൽ തിരുമ്മുക.

2. വായു കിടക്ക (എയർ ബെഡ്), വെള്ളക്കിടക്ക (വാട്ടർ ബെഡ്) മുത
ലായവ ഉപയോഗിക്കാം.

3. ശരീരത്തിൽ വലിച്ചിൽ അനുഭവപ്പെടാതെ നോക്കുക.

4. കിടക്കയിലും വിരിപ്പിലും ചുളിവുകളോ തടിപ്പുകളോ ഉണ്ടാകരുത്.

5. റബ്ബർ ഷീറ്റിനു മുകളിൽ തുണി വിരിക്കാതെ രോഗിയെ കിടത്തരുത്.

6. ശുചിത്വം പാലിക്കുക. ദിവസവും കുളിപ്പിക്കാൻ കഴിഞ്ഞാൽ നല്ലത്.
അല്ലെങ്കിൽ തുണി നനച്ച് തുടച്ചെങ്കിലും എടുക്കണം.

7. കിടക്കയും വസ്ത്രങ്ങളും വൃത്തിയുള്ളതായിരിക്കണം.

8. ഈർപ്പം ഒഴിവാക്കുക. നനഞ്ഞ വസ്ത്രങ്ങൾ ഉടൻ മാറ്റുക. മലം
അറിയാതെ പോയാൽ നന്നായി കഴുകി ഈർപ്പം ഒപ്പിയെടുക്കുക.
മൂത്രം അറിയാതെ പോയാൽ മൂത്ര ട്യൂബിട്ട് നനവ് തടയുക. അമിത
വിയർപ്പുണ്ടെങ്കിൽ ചർമ്മ ശുചിത്വം ശ്രദ്ധിക്കണം.

9. ഭക്ഷണത്തിൽ കഴിയുന്നതും പോഷകാഹാരങ്ങൾ ഉൾപ്പെടുത്താൻ
ശ്രമിക്കണം.

10. ധാരാളം വെള്ളം കുടിക്കുന്നത് തൊലിയുടെ ആരോഗ്യത്തിന് ഉത്ത
മമാണ്.

11. തൊലിമടക്കുകൾ ശുചിയാക്കാൻ പ്രത്യേകം ശ്രദ്ധിക്കണം. പൗഡർ
ഉപയോഗിക്കരുത്.

12. വീൽച്ചെയറിൽ അധികനേരമിരിക്കുന്നത് ഒഴിവാക്കാൻ ഇടയ്ക്കിടെ ചെയറിൽ കൈകൾ ഊന്നി പിൻവശം ഇരിപ്പിടത്തിൽനിന്നും ഉയർത്തുക.

ശയ്യാവ്രണം ആയാൽ ശ്രദ്ധിക്കേണ്ട കാര്യങ്ങൾ

മുറിവ് പരിശോധിക്കുമ്പോൾ:-

മുറിവിന്റെ വലിപ്പം

മുറിവിന്റെ ആകൃതി

സ്ഥലം

ശയ്യാവ്രണങ്ങളെ നാലു ഘട്ടങ്ങളായി തിരിച്ചിട്ടുണ്ട്
1. പ്രാരംഭ ദശ

സമ്മർദ്ദം അനുഭവപ്പെടുന്ന സ്ഥലങ്ങളിൽ ചൂട് തിണർപ്പ്, ചുറ്റുമുള്ള തൊലിയേക്കാൾ അല്പം കൂടി മാർദ്ദവം, ചുമപ്പ് നിറം, ചെറിയ നീറ്റൽ അനുഭവപ്പെടുകയോ ചെയ്യാം. ഈ അവസ്ഥ തുടർന്നാൽ തൊലി നീല നിറമാകുകയോ പൊള്ളച്ച് കുമിളയായി മാറുകയോ ചെയ്യും.

2. രണ്ടാം ഘട്ടം

ഒന്നാം ഘട്ടത്തിൽനിന്നും തൊലിയുടെ ഏറ്റവും പുറത്തുള്ള ചർമ്മം അടർന്നുമാറുന്ന അവസ്ഥ.

3. മൂന്നാം ഘട്ടം

ഉപരിചർമ്മം കഴിഞ്ഞും പേശികളിലേക്കുവരെ മുറിവെത്തുന്ന അവസ്ഥ.

4. നാലാം ഘട്ടം

മൂന്നാം ഘട്ടം കഴിഞ്ഞും മുറിവിന് ആഴം കൂടുകയും പേശികളും മറ്റു കലകളും നശിക്കുന്ന അവസ്ഥ. ചിലപ്പോൾ എല്ലുകൾ വരെ പുറത്തു കാണാനാകും.

പരിചരണം
ഒന്നാം ഘട്ടം

കൂടുതൽ വ്രണമായി തീരുംമുമ്പ് ആ ഭാഗത്തെ മർദ്ദം ഒഴിവാക്കി, വ്യത്യസ്ത ഭാഗങ്ങളിലേക്ക് ചരിച്ചു കിടത്തുക. തൊലി പൊട്ടിയിട്ടില്ലെ ങ്കിൽ പഞ്ഞിയിൽ ടങ്ചർ ബെൻസോയിൻ പുരട്ടി ഒട്ടിച്ചു വയ്ക്കാം.

രണ്ടാം ഘട്ടം

മുറിവുണ്ടായ ഭാഗത്ത് സമ്മർദ്ദം പരമാവധി ഒഴിവാക്കി ഒന്നാം ഘട്ടത്തിലേക്ക് പോകുന്നത് ഒഴിവാക്കണം. മുറിവ് ഉപ്പുവെള്ളം വച്ച് കഴുകിയാൽ മതിയാകും.

Early stage

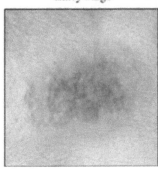

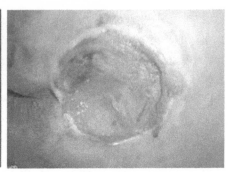

മൂന്ന് നാല് ഘട്ടങ്ങളിൽ മുറിവുകളുടെ പരിചരണത്തിൽ ശ്രദ്ധിക്കേണ്ടത് അമിതമായി വരുന്ന നീര്, പഴുപ്പ്, നശിച്ച കോശങ്ങൾ തുടങ്ങിയവ നീക്കി മുറിവ് വൃത്തിയാക്കുകയാണ്. മുറിവിന്റെ ഉൾഭാഗം അണുബാധയില്ലാതിരിക്കാൻ പ്രത്യേകം ശ്രദ്ധിക്കണം. ദിവസവും ഉപ്പുവെള്ളം ഉപയോഗിച്ച് കഴുകണം. നീരൊലിപ്പും മഞ്ഞയോ കറുപ്പോ നിറവും മുറിവുണ്ടെങ്കിൽ അണുബാധയാകും. അപ്പോൾ ഉപ്പുവെള്ളം ഉപയോഗിച്ച് കഴുകിയ ശേഷം മെട്രോനിഡോസോൾ ഉപയോഗിച്ച് കഴുകുകയോ, ഡ്രസ്സിങ് വയ്ക്കുകയോ ചെയ്യാം. ദിവസവും ഡ്രസ്സിങ് മാറണം. പഴുപ്പോ ദുർഗ്ഗന്ധമോ ഉണ്ടെങ്കിൽ കഴിക്കുന്ന ആന്റിബയോട്ടിക്കുകൾ വേണ്ടിവരും.

(അരലിറ്റർ വെള്ളത്തിൽ അരസ്പൂൺ ഉപ്പു ചേർത്ത് അരമണിക്കൂർ തിളപ്പിച്ചാണ് മുറിവ് കഴുകാൻ ഉപ്പുവെള്ളം ഉണ്ടാക്കുന്നത്)

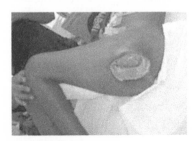

മുറിവ് കെട്ടുന്നതിനുമുമ്പ് രോഗി നന്നായി കുളിക്കുന്നത് നന്നായിരിക്കും. ശേഷം ഉപ്പുവെള്ളം വച്ച് കഴുകി മുറിവിലെ പൊറ്റയും പഴുപ്പും മാറ്റുക. മുറിവിന് ചുറ്റുമുള്ള കോശങ്ങളെ സംരക്ഷിക്കുക കൂടിയാണ് ലക്ഷ്യം.

വെള്ളക്കിടക്ക (വാട്ടർ ബെഡ്) ശ്രദ്ധിക്കേണ്ട കാര്യങ്ങൾ

1. വെള്ളക്കിടക്ക ഉപയോഗിക്കുന്നതിനുമുമ്പ് കട്ടിലിൽ ആണിയോ മറ്റോ പൊങ്ങിനില്പുണ്ടോയെന്ന് നോക്കുക.
2. ഉദ്ദേശിച്ച സ്ഥലത്ത് വച്ച ശേഷം മാത്രം വെള്ളം നിറയ്ക്കുക.
3. പരമാവധി വീർത്തുനില്ക്കുന്ന രീതിയിലോ കുഴഞ്ഞുപോകുന്ന രീതിയിലോ വെള്ളം നിറയ്ക്കരുത്.
4. മുകളിലെ അറ കാറ്റുനിറയ്ക്കാനുള്ളതാണ്.
5. അതിനുമേൽ വിരിപ്പ് ഉപയോഗിക്കണം. പക്ഷേ, കട്ടിയുള്ള കിടക്ക ഉപയോഗിക്കരുത്.
6. വെള്ളം കേടുവരാതിരിക്കാൻ 15 ദിവസത്തിലൊരിക്കൽ വെള്ളം നിറച്ച അറകളിൽ 8 തുള്ളി കീടനാശിനിയോ ഡെറ്റോളോ ഒഴിക്കണം. ഇങ്ങനെ ചെയ്താൽ 6 മാസം വരെ വെള്ളം മാറ്റേണ്ട.

വായുകിടക്ക (എയർബെഡ്)

1. വായുകിടക്കയിൽ വൈദ്യുതി സഹായത്തോടെ, വായുനിറയ്ക്കുകയാണ് ചെയ്യുന്നത്.
2. കട്ടിലിൽ വിരിച്ചശേഷം വായു നിറയ്ക്കണം.
3. വെള്ളക്കിടക്കയിലേതുപോലെതന്നെ വിരിപ്പു വിരിക്കാനും, കൂർത്ത വസ്തുക്കൾ കട്ടിലിൽ ഉണ്ടാകാതിരിക്കാനും ശ്രദ്ധിക്കണം.

4. ഇതിലെ അറകൾ രോഗിയുടെ ചലനത്തിനനുസരിച്ച് നിറയുകയും ഒഴിയുകയും ചെയ്യുന്നതിനാൽ കൂടുതൽ ഫലപ്രദമാണ്.

4. മരുന്നുകൾ

മരുന്നുകൾ നിർദ്ദേശിക്കപ്പെട്ട രീതിയിൽ ഉപയോഗിച്ചാൽ മാത്രമേ ഫലം ലഭിക്കുകയുള്ളൂ. അമിതമായി ഉപയോഗിക്കുന്നതും കൃത്യ സമയത്തല്ലാതെ ഉപയോഗിക്കുന്നതും ദോഷമുണ്ടാക്കും.

മരുന്നുകൾ കൃത്യമായി കഴിക്കാത്തതിന്റെ കാരണങ്ങൾ

1. മരുന്നിന്റെ വിലകാരണം വാങ്ങാൻ പറ്റാത്തത്
2. ദീർഘകാലമുള്ള ചികിത്സ
3. ധാരാളം മരുന്നുകൾ കഴിക്കേണ്ടി വരിക
4. ഇടയ്ക്കിടെ കഴിക്കേണ്ടി വരിക
5. മരുന്നിന്റെ പാർശ്വഫലങ്ങൾ ഉണ്ടാക്കുന്ന ബുദ്ധിമുട്ട്
6. മരുന്നിന്റെ രുചിയും മണവും ഇഷ്ടപ്പെടാതെ വരിക
7. അറിവില്ലായ്മ, മറവി

ശ്രദ്ധിക്കേണ്ട കാര്യങ്ങൾ

1. ഓരോ മരുന്നും കഴിച്ചുകൊണ്ടിരിക്കുന്നവിധം ചോദിച്ചു മനസ്സിലാക്കുക.
2. ശരിയായ രീതിയിലല്ല കഴിക്കുന്നതെങ്കിൽ കാരണം മനസ്സിലാക്കുക.
3. മരുന്നു കഴിക്കുമ്പോഴുള്ള ബുദ്ധിമുട്ടുകൾ മനസ്സിലാക്കുക.
4. അറിയുമെങ്കിൽ മരുന്നിനെപ്പറ്റി വിശദ വിവരം നല്കുക.
5. മരുന്നുകൾ മാറിപ്പോകാതെയിരിക്കാൻ വീട്ടുകാരെ പഠിപ്പിക്കുക.

മരണം ആസന്നമാകുമ്പോൾ

മരണം അടുത്തു വരുമ്പോൾ രോഗിയിൽ കണ്ടേക്കാവുന്ന മാറ്റങ്ങൾ

- കണ്ണുകൾ മങ്ങുകയും മിക്കവാറും രോഗി മയക്കത്തിലായിരിക്കുകയും ചെയ്യും. പ്രതികരണമില്ലെങ്കിലും അടുത്തിരുന്ന് സ്പർശിക്കുകയും സംസാരിക്കുകയും ചെയ്താൽ രോഗിക്ക് അറിയാൻ കഴിയും.
- ശരീര പ്രവർത്തനങ്ങൾ പതുക്കെ ആകും ആഹാരം കഴിക്കാതെയാകും.

- ആഹാരം കഴിക്കാൻ നിർബ്ബന്ധിക്കരുത്. ബുദ്ധിമുട്ടുകൾ കൂടുതലാകും. ഇറക്കാൻ സാധിക്കുമെങ്കിൽ സ്പൂണിൽ വെള്ളം കൊടുത്ത് വായ ഉണങ്ങാതെ വയ്ക്കുക. തുണിക്കഷണം വെള്ളത്തിൽ മുക്കി ചുണ്ടു നനയ്ക്കുന്നതും ചുണ്ടിൽ വെളിച്ചെണ്ണയോ വാസ്ലിനോ പുരട്ടുന്നത് ചുണ്ടു പൊട്ടുന്നത് തടയും.
- ശരീരത്തിലെ രക്തയോട്ടം കുറയുന്നതിനാൽ കൈകാലുകൾ തണുക്കുകയും ശരീരത്തിൽ ഇരുണ്ട നിറമുണ്ടാകുകയും ചെയ്യും.
- ശരീരം മൃദുവായി തിരുമ്മി ചൂടുപിടിപ്പിക്കുന്നത് നല്ലതാണ്.
- മൂത്രം അറിയാതെ പോകാൻ സാദ്ധ്യതയുണ്ട്. കത്തീറ്റർ ഉപയോഗിക്കാം. നനവ് പറ്റിയാൽ വസ്ത്രങ്ങൾ മാറ്റണം.
- തൊണ്ടയിൽ ഉമിനീരും കഫവും കെട്ടിക്കിടന്ന് ഒരു കുറുകൽ ഉണ്ടാകാം. രോഗിക്ക് അസ്വസ്ഥതയും ബുദ്ധിമുട്ടുമുണ്ടാക്കില്ലെങ്കിലും ഒപ്പമുള്ളവർക്ക് ബുദ്ധിമുട്ടുണ്ടാകും.
- കൂടുതൽ വെള്ളം കൊടുക്കാതിരിക്കുക. വായിലും തൊണ്ടയിലും ഉള്ള കഫം നനഞ്ഞ പറ്റതുണിയോ പഞ്ഞിയോ ഉപയോഗിച്ച് തുടച്ചു കളയുക. തല ഒരു വശത്തേക്ക് ചരിച്ചു വയ്ക്കാം.
- മരണം അടുക്കുമ്പോൾ ശ്വാസോച്ഛ്വാസത്തിന്റെ ക്രമം തെറ്റും. ഇടയ്ക്ക് കുറച്ചുനേരം ശ്വാസം ഇല്ലാതെ ഇരിക്കും. പിന്നെയും തിരിച്ചുവരാം. മരണം അടുത്തതിന്റെ അടയാളമാണെങ്കിലും ഇത്ര സമയത്തിനുള്ളിൽ മരിക്കുമെന്നുറപ്പാക്കാനാവില്ല.
- രോഗി പരസ്പര ബന്ധമില്ലാതെ സംസാരിക്കും.

  രോഗിയോട് ശാന്തമായി സംസാരിക്കുക. തർക്കിക്കരുത്. അസ്വസ്ഥനാണെങ്കിൽ ആഗ്രഹിക്കുന്നത് എന്താണെന്നറിയാൻ ശ്രമിക്കുക.
- ഇല്ലാത്ത ആളുകളെയും വസ്തുക്കളെയും കാണുന്നതായി രോഗിക്കു തോന്നിയേക്കാം.
- രോഗി കാണുന്നതും അയാൾക്കു തോന്നുന്നതും പറയാൻ അയാളെ അനുവദിക്കുക. ഇത് തികച്ചും സാധാരണമാണെന്ന് വീട്ടുകാരെ ബോദ്ധ്യപ്പെടുത്തുക.
- രോഗി ഒരാളെത്തന്നെ അന്വേഷിക്കുകയും അവരുടെ സാന്നിദ്ധ്യം ആവശ്യപ്പെടുകയും ചെയ്തേക്കാം.

രോഗിയെ പരിഹസിക്കുകയോ, മറ്റുള്ളവരെ കാണാൻ നിർബ്ബന്ധിക്കുകയോ ചെയ്യരുത്. കഴിയുമെങ്കിൽ അന്വേഷിക്കുന്ന ആളിനെ അടുത്തിരുത്തുന്നത് ആശ്വാസം പകരും.

രോഗിയുടെ മരണശേഷം ശ്രദ്ധിക്കേണ്ട കാര്യങ്ങൾ

ഒരാളെ മരണത്തെ സ്വീകരിക്കാൻ ഒരുക്കുകയെന്നത് എളുപ്പമല്ല. നമുക്ക് അങ്ങേയറ്റം ചെയ്യാവുന്നത് സ്നേഹവും സാന്നിദ്ധ്യവും കൊണ്ട് ധൈര്യം പകരുകയെന്നതാണ്. തൊണ്ടയിൽ കഫം ചുരുങ്ങുക, വെള്ളം ഇറക്കാതെയിരിക്കുക ഇവയൊക്കെ സ്വാഭാവികമാണ്. ഓക്സിജൻ നല്കുന്നതുകൊണ്ടോ മൂക്കിലൂടെ ട്യൂബ് ഇട്ടതുകൊണ്ടോ കാര്യമില്ല. ബന്ധുക്കളെ അവരുടെ സ്നേഹവും ദുഃഖവും പ്രകടിപ്പിക്കാൻ അനുവദിക്കുക. മരണാനന്തരവും കുടുംബത്തിന്റെ ദുഃഖത്തിൽ പങ്കുചേരുക.

രോഗികൾക്കും കുടുംബാംഗങ്ങൾക്കുംവേണ്ടി വലിയ കാര്യങ്ങൾ ഒന്നും ചെയ്യാൻ കഴിഞ്ഞില്ലെങ്കിലും രണ്ടാഴ്ചയിലൊരിക്കലെങ്കിലും അവരുടെ കിടയ്ക്കരികിലെത്താൻ, അടുത്തിരിക്കാൻ, ആശ്വസിപ്പിക്കാൻ, ആകുലതകൾ പങ്കുവയ്ക്കാൻ ആരെങ്കിലുമുണ്ടാകണം കിടപ്പുരോഗികൾക്ക്. നമ്മുടെ ഓരോരുത്തരുടെയും ജീവിതത്തിൽ അലസമായിരുന്നും ഉപകാരപ്രദമല്ലാത്ത പലകാര്യങ്ങൾ ചെയ്തും പാഴായിപ്പോകുന്നതിൽനിന്ന് അല്പനിമിഷം നമുക്ക് ഇവർക്കുവേണ്ടി ഇന്ന് കരുതിവയ്ക്കാം. കാരണം നാളെ നമ്മളും ഇവരിലൊരാളാകേണ്ടിവന്നാൽ, നിറഞ്ഞ പുഞ്ചിരിയോടെ തുറന്ന മനസ്സോടെ നമുക്കരികിൽ വല്ലപ്പോഴുമെങ്കിലും വന്നിരിക്കാൻ ആകുലതകളും ആശങ്കകളും പങ്കുവയ്ക്കാൻ, സ്നേഹത്തോടെ ആശ്വസിപ്പിക്കാൻ ഉള്ള ഒരു പുതിയ തലമുറയെ വാർത്തെടുക്കേണ്ട ഉത്തരവാദിത്വം നമുക്കാണ്. മാതൃക കാട്ടേണ്ടതും നമ്മളാണ്. പ്രായമായവരെ ഭാരമായി കരുതാതെ ചലനശേഷി നഷ്ടപ്പെട്ടവരെ അവഗണിക്കാതെ അവരും സമൂഹത്തിന്റെ ഭാഗമാണെന്ന് കണ്ട് പരിചരണംകൊണ്ടും സാമീപ്യം കൊണ്ടും അവരുടെ മനസ്സിൽ നമുക്കൊരുമിച്ച് പ്രതീക്ഷയുടെ വെളിച്ചം വിതറാം.

ഭാഗം IV

അനുബന്ധം - 1

1. മുൻകരുതലുകൾ

ഏതൊരാളുടെ ശരീരത്തിലും, അയാൾ രോഗിയോ, ആരോഗ്യ വാനോ ആയിരിക്കട്ടെ, വിവിധ രോഗങ്ങളുടെ അണുക്കൾ കണ്ടേക്കാം. അതിനാൽ പരിചരണ സമയത്ത് മുൻകരുതലുകൾ അത്യാവശ്യമാണ്. രോഗിയിൽനിന്ന് ശുശ്രൂഷകനിലേക്കും ശുശ്രൂഷകനിൽ നിന്ന് രോഗിയി ലേക്കും അണുബാധയുണ്ടാകാം.

കൈകൾ ശുചിയാക്കുക

ഏറ്റവു ലളിതവും ഏറെ ഫലപ്രദവുമായ രോഗ സംക്രമണ പ്രതി രോധമാർഗ്ഗമാണ് കൈകൾ വൃത്തിയാക്കൽ. രോഗിയെ പരിചരിക്കുന്ന തിന് മുമ്പും പിമ്പും ചെറുചൂടുവെള്ളവും സോപ്പും ഉപയോഗിച്ച് കൈകൾ ഉരച്ചുകഴുകുക. നഖം നീളം കുറച്ച് മുറിക്കണം. കൈയിൽ മുറിവോ പോറലോ ഉണ്ടെങ്കിൽ തുണിയോ പ്ലാസ്റ്ററോ കൊണ്ട് ഡ്രസ് ചെയ്യണം.

കൈയുറ ധരിക്കുക

റബ്ബർ കൈയുറ ഇല്ലയെങ്കിൽ ചെറിയ പ്ലാസ്റ്റിക് കൈയുറകൾ ഉപ യോഗിക്കാം. ഊരിമാറ്റുമ്പോൾ ഉൾവശം പുറത്തുവരുന്ന രീതിയിൽ അഴിക്കുക. ഉപയോഗിച്ച കൈയുറ

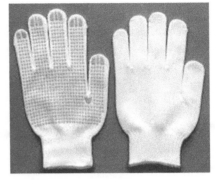

അണുനശീകരണം ചെയ്യാതെ വീണ്ടും ഉപയോഗിക്കരുത്.

മാസ്ക്

ശുശ്രൂഷകനോ, രോഗിക്കോ തുമ്മലോ, ചുമയോ ഉണ്ടെങ്കിൽ മാസ്കോ, വായും മൂക്കും മൂടുന്ന രീതിയിൽ തുണിയോ ധരിക്കുക.

ഏപ്രൺ

ശരീരത്തിൽ രക്തമോ, മറ്റ് ശരീര സ്രവങ്ങളോ തെറിച്ചുവീഴാൻ ഇടയുണ്ടെങ്കിൽ ഏപ്രൺ ധരിച്ച് ശരീരത്തിന്റെ മുൻഭാഗം മറയ്ക്കുക. തെറിച്ചുവീഴുന്ന രക്തം, മൂത്രം, ഛർദ്ദി മുതലായവ അപ്പപ്പോൾ വൃത്തിയാക്കുക. ബ്ലീച്ചിങ് ലായനി ഉപയോഗിച്ച് അണുനശീകരണം നടത്തുക.

അലക്കൽ

അലക്കുമ്പോൾ കൈയിൽ കൈയുറയോ പ്ലാസ്റ്റിക് കവറോ ഉപയോ ഗിക്കുക. ശരീര സ്രവങ്ങളോ, രക്തമോ പറ്റിയ തുണി ബ്ലീച്ചിങ് ലായനി യിൽ മുക്കിവച്ചശേഷം കഴുകുക.

NB: 15 ഗ്രാം ബ്ലീച്ചിങ് പൗഡർ കുഴമ്പ് രൂപത്തിലാക്കുക. ശേഷം ഒരു ലിറ്റർ വെള്ളം ചേർത്ത് നന്നായി മിക്സ് ചെയ്യുക. അല്പനേരം അനക്കാതെ വയ്ക്കുക. തെളിഞ്ഞ വെള്ളം അണുനാശിനിയായ ബ്ലീച്ചിങ് ലായനിയായി ഉപയോഗിക്കാം.

അനുബന്ധം – 2

പാലിയേറ്റീവ് ഹോംകെയർ സേവനം
ലഭ്യമാക്കുന്നത് സംബന്ധിച്ച സർവ്വേ ഫോറം മാതൃക

വീട്ടുനമ്പർ ....

വാർഡ് ....

പഞ്ചായത്ത്/മുൻസിപ്പാലിറ്റി ....

കോർപ്പറേഷൻ ....

താലൂക്ക് ....

1. ഗൃഹനാഥന്റെ പേര് ....

2. വയസ്സ് ....

3. തൊഴിൽ ....

4. പ്രതിമാസവരുമാനം ....

5. കുടുംബത്തിൽ 60 വയസ്സിന് മുകളിൽ
   പ്രായമുള്ളവരുടെ എണ്ണം   സ്ത്രീ.................... പുരുഷൻ.............

6. കുടുംബത്തിൽ ദീർഘകാലമായി
   അസുഖം ബാധിച്ചവർ ഉണ്ടോ   ഉണ്ട്/ഇല്ല

   ഉണ്ടെങ്കിൽ ആർക്ക് ....

   അസുഖത്തിന്റെ പേര് ....

7. കുടുംബത്തിൽ കിടപ്പിലായവർ ഉണ്ടോ   ഉണ്ട്/ഇല്ല
   ഉണ്ടെങ്കിൽ   സ്ത്രീ.................... പുരുഷൻ.............

   (എ)   എന്താണ് അസുഖം ....

   (ബി)   ചികിത്സയുണ്ടോ ....

   (സി)   ഉണ്ടെങ്കിൽ എവിടെ നിന്ന്
          ചികിത്സ ലഭിക്കുന്നു ....

   (ഡി)   ചികിത്സക്കുള്ള പ്രതിമാസ ചെലവ്   രൂപ..................................

8. കുടുംബത്തിൽ രോഗിയുടെയോ
കിടപ്പിലായവരുടെയോശുശ്രൂഷയുടെ
കാര്യത്തിൽ പുറത്ത് നിന്ന് എന്തെങ്കിലും
സഹായം കിട്ടുന്നുണ്ടോ ഉണ്ട്/ഇല്ല

ഉണ്ടെങ്കിൽ എന്താണ്

1. ധനസഹായം
2. വാഹനസൗകര്യം
3. മരുന്ന്
4. ആൾ സഹായം
5. മറ്റെന്തെങ്കിലും

(എന്തെന്ന് വ്യക്തമാക്കണം)

9. മേൽപ്പറഞ്ഞവ കൂടാതെ ഈ വിഷയവുമായി
ബന്ധപ്പെട്ട വിവരങ്ങൾ എന്തെങ്കിലും ഉണ്ടെങ്കിൽ
ഇവിടെ എഴുതുക

വിവരങ്ങൾ സമ്പാദിച്ച വളന്റിയറുടെ പേര്

ഒപ്പ് തീയതി.....................

Ingram Content Group UK Ltd.
Milton Keynes UK
UKHW010619220323
418971UK00004B/501

9 789388 485760